காணாமல் போன தேசங்கள்

காணாமல் போன தேசங்கள்

(What Makes and Breaks a Nation)

நிர்மல்

Title : KANAMAL PONA DESANGAL
Author's name: NIRMAL

Published By : Ezutthu Prachuram

Ezutthu Prachuram
(An imprint of Zero Degree Publishing)
No. 55(7), R Block, 6th Avenue,
Anna Nagar West,
Chennai - 600040
Ph: 9840065000

e mail : zerodegreepublishing@gmail.com
website : www. zerodegreepublishing.com
Printed at Manipal Technologies, India.

First Edition by Ezutthu Prachuram: February 2021
ISBN : 978-81-951259-6-8
EP Title : 160

Cover Art : Humshini
Typeset: Vidhya Velayudham

உள்ளே

முன்னுரை 7

கொலை செய்யப்பட்டது 'யூகோஸ்லாவியா' 9

நொறுங்கிப்போன கவிதைகளின் தேசம்! 'சோமாலியா' 21

'கொசாவா'

செர்பியர்களின் போர்க்களம்...39

'செக்கஸ்லோவாக்கியா'

வெல்வெட் விவாகரத்து...50

இணைப்பால் காணாமல் போன

'கிழக்கு ஜெர்மனி' 56

'சோவியத் யூனியன்'

வல்லரசுகளும் காணாமல் போகும் 70

வரலாறு இன்றி வரலாறு படைத்த

'எஸ்தோனியா' 77

'போட்ஸ்வானா'

ஆப்பிரிக்காவின் வைரம் 85

பல தேசங்களின் தேசம்

'சுவிட்சர்லாந்து' 98

முன்னுரை

தேசங்கள் உருவாகக் காரணம் என்ன? தேசங்கள் அழியக் காரணம் என்ன? தேசங்கள் வளர்ச்சிப் பாதையில் பயணிக்க என்ன காரணம்? ஏன் சில தேசங்கள் மட்டும் மற்ற தேசங்களைக் காட்டிலும் சிறப்பாக இருக்கிறது? தலைசிறந்த நாடாக இருப்பதற்கான எல்லாவிதமான காரணங்கள் இருந்தும் கூட, சில நாடுகள் மட்டும் உலக வரைபடத்திலிருந்து காணாமல் போனது ஏன்? காணாமல் போவதற்குண்டான அனைத்து அம்சங்களும் இருந்தால்கூட, சில நாடுகள் மட்டும் தலைசிறந்து விளங்குவது எப்படி? தேசிய உணர்வு என்பது ஒரு நாட்டை வலுப்பெறச் செய்யுமா? அல்லது பிரிவை ஏற்படுத்துமா? நிலங்களையும், வளங்களையும் கைப்பற்றத் துடிக்கும் ஆளும் அதிகாரப் போட்டியாளர்களால் புதிய தேசம் எப்படி உருவாகிறது? பழைய தேசம் எவ்வாறு அழிகிறது?

இதுபோன்ற பல்வேறு கேள்விகளுக்கும், சந்தேகங்களுக்கும் விடைகாணும் முயற்சியாக, உலக வரைபடத்திலிருந்து காணாமல் போன சில தேசங்களின் வரலாற்றையும், உலகின் ஆச்சர்யமான சில தேசங்களின் வரலாற்றையும் பல நூல்களின் வாயிலாக அறிந்து, ஆராய்ந்து தெரிந்து கொண்டதன் மூலமாக உருவானதே *காணாமல் போன தேசங்கள்* என்கிற இப்புத்தகம்.

கொலை செய்யப்பட்டது 'யூகோஸ்லாவியா'

சமீபத்தில் என் மகன் என்னிடம், "யூகோஸ்லாவியா என்கிற நாடு எங்கிருக்கிறது? யூ ட்யூபில் கால்பந்தாட்டப் போட்டி காணொளியில் யூகோஸ்லாவியா எனும் நாட்டின் பெயரைப் பார்த்தேன்" என்றான்.

"அது இப்போது இல்லை" என்றேன்.

"வாட்!? ஒரு நாடு எப்படி இல்லாமல் போகும்?" என்றான் ஆச்சர்யத்தோடு.

யூகோஸ்லாவியா எனும் தேசம் எப்படிச் சிதறிப்போனது என்பது பற்றி அவனுக்குப் புரிகிற விதத்தில் கூறினேன்.

யூகோஸ்லாவியா எனும் நாடு பூமியின் வரைபடத்திலிருந்து காணாமல் போனது ஓர் அதிர்ச்சிகரமான துயர வரலாறு.

யூகோஸ்லாவியா என்றால் தென் ஸ்லாவிய மொழி பேசும் மக்கள் என அர்த்தம். இவர்கள் ஒரு பெரிய இனக் குழுவாகக் கருதப்படுகிறவர்கள். இவர்களுக்குள் சிறு சிறு மொழிக் குழுக்களும் உண்டு. அதாவது, தென் ஸ்லாவியர்களுக்குள் செர்பிய மொழிக் குழு, குரோஷிய மொழிக் குழு, ஸ்லாவிய மொழிக் குழு, மாண்டினீக்ரிய மொழிக் குழு, போஸ்னிய மொழிக் குழு, மாசிடோனிய மொழிக் குழு என்று சிறு சிமொழிக் குழுக்களும்

உண்டு. மேலும், அவர்களுக்கென தனித்தனி மொழிகளும், தனித் தனி நிலப்பரப்பும் உண்டு. இவர்கள் சரித்திரப் பூர்வமாக மிக நெருங்கியத் தொடர்பு கொண்டவர்கள் என்பதால், இவர்களுக்குள் சண்டை, சமாதானம், போக்குவரத்து என எல்லாமும் உண்டு. இவர்களுக்குள் இஸ்லாம், கத்தோலிக்கம், ஆர்தடாக்ஸ் கிறிஸ்துவம் என்கிற மூன்று மதங்களும் உண்டு.

இந்த மொழிக் குழுக்கள் அனைத்தும் தென் ஸ்லாவிய மொழிக் குடும்பம் என்று அழைக்கப்படும்.

இவற்றை ஆறு மொழிக் குழுக்கள் என்று குறிப்பிட்டாலும், உண்மையிலேயே இவை ஆறும் தனித் தனி இனக் குழுக்களே. ஆக, தென் ஸ்லாவியா எனும் தேசத்தில் ஆறு மொழிகளைப் பேசும் தேசிய இனங்கள் உண்டு. இன்னும் தெளிவாகச் சொல்ல வேண்டும் என்றால், இந்தியாவின் திராவிட மொழிக் குடும்பங்கள் மாதிரி என்று நினைத்துக் கொள்ளுங்கள்.

இந்த ஆறு இனங்களையும், அவர்களுக்கான பகுதிகளையும் ஒன்று சேர்த்து, தன்னுடைய முழுத் திறமையாலும், ஆற்றலாலும் யூகோஸ்லாவியா என்கிற ஒரே தேசமாக்கியவர்தான் மார்ஷல் ஜோசப் டிட்டோ.

ஒருங்கிணைக்கும் ஆற்றல் கொண்ட தலைவரான மார்ஷல் ஜோசப் டிட்டோ கம்யூனிசக் கொள்கைகளால் ஈர்க்கப்பட்டு, சோவியத் யூனியனை முன் மாதிரியாகக் கொண்டு போஸ்னியா மற்றும் ஹெர்ஜிகோவினா, குரோஷியா, மாசிடோனியா, மாண்டினீக்ரோ, ஸ்லோவேனியா, செர்பியா (Bosnia and Herzegovina, Croatia, Macedonia, Montenegro, Serbia, and Slovenia) ஆகிய இனக் குழுக்களின் பகுதிகளை ஒன்றாக இணைத்து, அதோடு வோஜ்வோடினா மற்றும் கொசோவா (Vojvodina and Kosovo) ஆகிய சுயாட்சிப் பகுதிகளையும் ஒன்று சேர்த்து ஜனவரி 31, 1946ஆம் ஆண்டு 'ஃபெடரல் பீப்புள்ஸ் ரிபப்ளிக் ஆஃப் யூகோஸ்லாவியா' என்கிற தேசத்தை உருவாக்கினார். சோவியத் யூனியனும் இப்படித்தான் பல தேசிய குழுக்களின் ஒன்றியங்கள் ஒன்றிணைந்த நாடாக உருவானது.

மார்ஷல் ஜோசப் டிட்டோ ஒரு கம்யூனிஸ்ட் என்றாலும், அவர் ரஷ்யாவை ஆதரித்தவர் அல்ல. கூட்டுச் சேரா இயக்கம் அல்லது அணி சேரா இயக்கம் (Non-Aligned Movement, NAM) உருவாக்கப்பட்டதில் மிக முக்கியமானவர் மார்ஷல் ஜோசப் டிட்டோ. ஆறு இனக் குழுக்களை ஒன்றிணைத்து, 'யூகோஸ்லாவியா' எனும் தனது ஒரே தேசக் கனவை நனவாக்கி, இந்த இனக் குழுக்களுக்கிடையே சகோதரத்துவத்தையும், ஒற்றுமையையும் உருவாக்கி ஆட்சி செய்தார் மார்ஷல்.

ஆனால், மார்ஷலின் இந்த தேசியக் கனவு 1991ஆம் ஆண்டு முடிவுக்கு வந்தது. யூகோஸ்லாவியா எனும் நாடு பல பிரிவுகளாகி காணாமல் போனபோது, அது பேரழிவோடும், பல்லாயிரக்கணக்கான மனித உயிரிழப்புகளோடும் நடந்தேறியது.

யூகோஸ்லாவியா எனும் தேசம் சிதறிய வரலாற்றைத் தேட ஆரம்பித்தால் முதலில் நமக்கு அறிமுகமாகும் நபர் 'ஸ்லோபோடன் மிலோ செவிக்' (Slobodan Milosevic) என்பவரே! இவரின் கண்மூடித்தனமான அதிகார போதையும், செர்பிய தேசிய உணர்வுக்கு இவர் அளித்த ஆதரவுமே யூலோஸ்லாவியா என்கிற தேசம் சிதறிப் போனதற்குக் காரணம் என்று கூறுவார்களும் உண்டு!

ஆனால், அவர் மட்டும்தான் காரணமா? அல்லது அவரும் ஒரு காரணமா?

யூகோஸ்லாவியாவின் சிதைவுக்கும், ஆயிரமாயிரம் மனித உயிரிழப்புகளுக்கும் காரணமான அறிவாயுதம் எங்கிருந்து வந்தது என்பதைத் தேடும்போது, யூகோஸ்லாவியாவின் பிரிவுக்கு மிலோ செவிக் மீது மட்டும் பழி போட்டுத் தப்பிக்க முடியாது என்பது புரியும்.

மிலோரட் பாவிச் (Milorad Pavic) என்பவர் எழுதிய 'The Dictionary of Khazar' எனும் நாவல் இங்கே நினைவுக்கு வருகிறது. இந்த நாவல் 'உலகின் சிறந்த மற்றும் புதிய வகையான, வாசிக்கக் கடினமான நாவல்' என்பார்கள். இந்த நாவலின் அடி

நாதமே பிரிவுதான். அதாவது, எல்லா அடையாளங்களையும் தொலைத்து, இப்பொழுது எங்கிருக்கிறார்கள் என்று யாராலும் கண்டுபிடிக்க முடியாத 'கசார்' எனும் மொழி இனக் குழுவினர் எப்படி அழிந்து போனார்கள் என்பதை அறிய முற்படுவதுதான் நாவலின் நோக்கம்.

வெவ்வேறு கருத்துகளைக் கொண்டவர்கள் ஒன்று சேர்ந்து உண்மையைத் தேடும்போது, அவர்களால் உண்மையை அடையமுடியாமல் அழிந்துவிடுவார்கள். அந்த நிலையில் ஏற்படும் பிரிவு மிகுந்த வன்முறையாக இருக்கும் என்பதே இந்த 'The Dictionary of Khazar' நாவலின் கதையோட்டம்.

அதாவது, கருத்து ஒற்றுமை இல்லாத வெவ்வேறு இனத்தவரை சட்டத்தாலோ, அல்லது வேறு ஏதாவது உத்தியாலோ இணைத்தால், அந்த உத்தி காலாவதியாகும் பொழுது ஏற்படுகிற பிரிவு துயரமாகவே இருக்கும். இந்தத் துயரத்தைத் தவிர்க்க தனியாக இருத்தலே சரி. வெவ்வேறு துவக்கத்தைக் கொண்ட இனத்தவர்களிடமும், வேறு வேறு வரலாற்று உணர்வு கொண்டவர்களிடமிருக்கும் முரண்பாடுகளையும் பூரணமாக சரி செய்ய முடியாது. இதற்குத் தீர்வு பிரிந்திருப்பதே என்பது போன்ற கருத்துக்களை இந்த 'The Dictionary of Khazar' நாவல் பல படிநிலைகளில் சொல்லிக்கொண்டே போகும்.

யூகோஸ்லாவியாவில் வாழும் பெரும்பான்மை இனக் குழுவான செர்பியர்கள் 'கசார்' நாவலில் வரும் கசார் இனம் போல காணாமல் போய்விடாமல், நீடித்து இருக்கவேண்டும் என்றால், யூகோஸ்லாவியா என்கிற ஒன்றியத்தை விட்டு செர்பியர்கள் வெளியே வரவேண்டும். ஆனால், 'அப்படி நடக்கும் பொழுது அழிவும் பிரிவும் உருவாகும் என்பதை முன்னறிவித்த நாவல் இது' என்கிறார்கள் இப்போது.

இந்த நாவலை எழுதிய பாவிச், 'Serbian Academy of Sciences and Arts' எனும் அமைப்பின் உறுப்பினர். இந்தக் கூட்டமைப்புக்கும் யூகோஸ்லாவியா சிதறிப் போனதற்கும், அதன் பின்னர் நடந்த இன அழிப்புக்கும் நெருங்கியத் தொடர்பு உண்டு. 'யூகோஸ்லாவியா

எனும் தேசத்திற்குள் செர்பியர்களாகிய நாம் இருப்பதால்தான் இப்படிச் சொந்த மண்ணிலேயே நாம் சிறுபான்மையினராக இருக்கிறோம். நம்முடைய செர்பிய அடையாளம் மெல்ல மெல்ல காணாமல் போய்க்கொண்டிருக்கிறது. வலிமையான நாம் இப்பொழுது வலுவிழந்து வருகிறோம்' என்கிற சிந்தனைகள் பல செர்பிய எழுத்தாளர்கள், அறிஞர்கள், விஞ்ஞானிகள், கவிஞர்கள், தத்துவ அறிஞர்கள் போன்றவர்களிடம் மிக வலுவாக மார்ஷல் டிட்டோ காலத்திலேயே ஏற்பட்டிருக்கிறது.

அதாவது, பல இனக் குழுக்கள் வாழ்கிற ஓர் ஒன்றியத்தில் வாழும் ஓர் இனக் குழுவின் மிகச் சிறந்த அறிஞர்களின் கருத்தாக இது இருந்திருக்கிறது என்பது குறிப்பிட்டுச் சொல்லக்கூடிய ஒன்றாகும்.

'Memorandum of the Serbian Academy of Sciences and Arts' என்கிற குறிப்பாணைதான் யூகோஸ்லாவியா சிதறுண்டதற்கும், அப்போது நடந்தேறிய வன்முறைகளுக்கும் மூல காரணம் என்று சொல்கிறார்கள். 'Sanu Memorandum' என்று சுருக்கமாக அழைக்கப்படும் இந்தக் குறிப்பாணை, தலைசிறந்த பதினாறு செர்பிய அறிவாளிகளால் உருவாக்கப்பட்டது. பல துறைகளின் வல்லுநர்களான இவர்களில் பலர் நோபல் பரிசு பெற்றவர்கள் என்பதும் குறிப்பிடத்தக்கது. இவர்கள் இந்தக் குறிப்பாணையின் மூலமாக யூகோஸ்லாவிய நிதி மற்றும் சமூகப் பிரச்சினைகள் குறித்தும், அதற்கு இவர்கள் முன் வைத்த அனைத்துத் தீர்வுகளும் பொதுமக்களிடையே பீதியையும், சுய, இன, தேசிய எழுச்சியையும் உருவாக்கியது. அந்தக் குறிப்பாணை, 'நாம் யூகோஸ்லாவியா என்கிற கூட்டமைப்பில் இருப்பதால்தான் நமது செர்பிய அடையாளத்தை இழந்து கொண்டிருக்கிறோம். எனவே, செர்பிய அடையாளத்தைக் காப்பது நம்முடைய அவசியம்' என்று கூறியது.

சமூகத்திற்கான மாற்றங்கள் உலகில் இப்படித்தான் உருவாகும். குறிப்பாக, கலை, கலாச்சாரம் மற்றும் பண்பாட்டின் மூலமாகவே முதலில் சமூக மாற்றங்கள் நிகழும். குறிப்பிட்ட

சமூகத்தைச் சேர்ந்த அறிவுத் தளத்தில் உள்ளவர்கள் அதை வடிவமாக்குவார்கள். அரசியல்வாதிகள் அந்த மாற்றத்தின் மீதான நிலைப்பாட்டையே முன்னெடுப்பார்கள் என்றாலும், அது எப்படி ஒட்டு மொத்த செர்பிய அறிவுலகத்திற்கும் இப்படி மற்ற இனத்தினர் மீது வெறுப்பும், செர்பிய தேசிய உணர்வும் சக்தியாக உருவாக முடிந்தது? செர்பிய தேசியவாதமும், பிற இனக் குழுக்களின் மீதான வெறுப்பும் ஒட்டு மொத்த செர்பிய அறிவாளிகளிடமிருந்து ஏன் வந்தது? செர்பிய அகாடமி உருவாக்கிய குறிப்பாணையின் சாராம்சங்கள்தான் என்ன?

செர்பிய இன மக்கள் பழமைவாத கிறிஸ்துவப் பிரிவு மதத்தினர். அன்றைய ஒன்றுபட்ட யூகோஸ்லாவியாவில் வாழ்ந்தவர்களில் பெரும்பான்மை எண்ணிக்கை செர்பியர்களே. செர்ப் மாகாணத்தில் இவர்களே பெரும்பான்மை. என்றாலும், யூகோஸ்லாவியாவின் மற்ற மாகாணங்களான ஸ்லோவேனியா, குரோஷியா, போஸ்னியா, மாண்டினீக்ரோ மற்றும் இஸ்லாமியர்கள் அதிகம் வாழும் கொசோவா ஆகிய இடங்களில் செர்பியர்கள் சிறுபான்மையினர். இது மிக முக்கியமாகக் கவனிக்கத்தக்கது.

இரண்டாம் உலகப் போருக்குப் பிறகு ஒன்றிணைந்த நாடாக யூகோஸ்லாவியா உருவானபோது, அது கட்டுப்பாடுகள் மிக்க மற்றும் முழு அதிகாரமும் மையப்படுத்தப்பட்ட நாடாகவே இருந்தது (Centralized Power Structure). மேலும், சோவியத் யூனியனைப் போல சுதந்திரம் கட்டுப்படுத்தப்பட்ட அரசியல் அமைப்பாகவும் இருந்தது. ‘சகோதரத்துவமும் ஒற்றுமையும்’ (Brotherhood and Unity) என்கிற முழக்கமே ஒன்றுபட்ட யூகோஸ்லாவிய நாட்டின் அடிநாதமாக இருந்தது. இந்த அடிநாதமே இரண்டாம் உலகப் போரில் ஏற்பட்ட அழிவுகளில் இருந்து யூகோஸ்லாவியாவை மீட்டது. பல துறைகளிலும் அந்நாட்டு மக்கள் நல்ல வளர்ச்சியை அடைந்தனர். தொழில் மயமாக்கல் மிகச் சிறப்பாக நடந்தது. ‘நாம் அனைவரும் யூகோஸ்லாவியர்கள், அதற்குப் பிறகே மற்றவை’ என்கிற முன்னெடுப்பு இருந்தது.

என்றாலும், யூகோஸ்லாவியா நாட்டின் மொத்த மக்கள் தொகையில் மற்ற இனத்தவர்களைக் காட்டிலும் அதிகமானவர்களாக செர்பியர்கள் இருந்த காரணத்தால், ஒன்றுபட்ட யூகோஸ்வாவிய தேசத்தின் மத்திய அதிகாரத்தை நிர்வாகிக்கும் கம்யூனிஸ்ட் கட்சி செர்பியர்களிடமே இருந்தது. இதனால், செர்பியர்களின் ஆதிக்கம் யூகோஸ்லாவியாவில் மேலோங்கியதாகவே இருந்திருக்கிறது.

ஆதிக்கம் செர்பியர்களிடமே இருந்ததால், மைய அதிகாரத்துக்கு எதிராக, அதாவது யூகோஸ்லாவியாவின் மத்திய அரசுக்கு எதிராக நடைபெற்ற செயல்கள் அனைத்தும் இரும்புக்கரம் கொண்டு ஒடுக்கப்பட்டது. எனவே, இப்படியான அடக்குமுறை செயல்பாடுகள் செர்பியர்களின் அதிகார துஷ்பிரயோகமாகவே அங்கு வாழ்ந்த பிற இனத்தவர்களால் பார்க்கப்பட்டது.

இதனால், செர்பியர்களின் இந்த மைய அதிகாரத்தை எதிர்த்து குரோஷிய, ஸ்லோவானிய மக்கள் தொடர்ந்து எதிர்ப்பு தெரிவித்துக்கொண்டே இருந்தார்கள். 'யூகோஸ்லாவியா என்கிற தேசம் என்பது செர்பிய அதிகாரத்தை செர்பியர்களுக்காக, அதன் அருகில் வசிக்கும் மற்ற இனக் குழுக்களை கட்டுப்படுத்த ஏற்படுத்தப்பட்ட ஓர் அரசியல் அமைப்பு' என்பதாகவே மற்ற இனத்தவர்களால் பார்க்கப்பட்டது. மேலும், குரோஷியர்கள் போன்றவர்களுக்கு மைய அதிகாரத்தில் அதிகம் பங்கு இல்லை என்கிற உணர்வும் அவ்வப்போது எழுந்துகொண்டே இருந்தது. எனவே, யூகோஸ்லாவியம் எனும் தேசியக் கொள்கை செர்பியர்களுக்கே சாதகமாக இருக்கிறது என்று மற்ற இனத்தவர்கள் நம்பினார்கள். என்றாலும், மார்ஷல் டிட்டோ 'அனைவரும் சமமாகவே நடத்தப்படுகிறார்கள்' என்றே கூறி வந்தார்.

இந்த நிலையில், மைய அரசுக்கு எதிராக உள்நாட்டில் நடந்த சிறு சிறு கிளர்ச்சிகள் அடக்கப்பட்டாலும், அது யூகோஸ்லாவியாவின் எதிர்காலம் குறித்த சந்தேகத்தை விதைத்தபடியே இருந்த காரணத்தால், யூகோஸ்லாவியாவின்

தேச முழக்கமான 'Brotherhood and Unity' (சகோதரத்துவமும் ஒற்றுமையும்) என்பது சாத்தியமில்லை என மெல்ல உணரத் துவங்கிய மார்ஷல் டிட்டோ, 1968ஆம் ஆண்டு யூகோஸ்லாவிய அரசியல் அமைப்பில் மாற்றங்களைக் கொண்டு வந்தார். இதனால், ஒவ்வொரு மாகாணங்களுக்கும் அதிகாரங்கள் வழங்கப்பட்டது. அதிகாரப் பகிர்வும் அமலானது. சந்தைப் பொருளாதாரம்கூட அறிமுகம் செய்யப்பட்டது.

ஆகவே, யூகோஸ்லாவியா என்கிற தனது மெய்ப்பட்ட கனவைத் தக்க வைத்துக் கொள்ள 1968ஆம் ஆண்டு, மைய அரசானது தன்னுடைய அதிகாரங்கள் பலவற்றை மாகாணங்களுக்கு விட்டுக் கொடுத்தது. மேலும், மாகாண இன மொழிக் குழுக்களுக்கு பல அதிகாரங்களையும் மைய அரசு வழங்கியது. 'Brotherhood and Unity' என்பதை மாற்றி 'Different But Equal' 'நாம் வேறானவர்கள். ஆனால், சமமானவர்கள்' என்கிற புது முழக்கம் முன்வைக்கப்பட்டது. என்றாலும், இதுவும் புதிய சிக்கலை உருவாக்கியது.

அதாவது, செர்பியர்களிடமிருந்த அதிகாரம் மற்ற இனக் குழுக்களுக்குப் பகிர்ந்து அளிக்கப்பட்ட பின்னர், செர்பியர்களுக்கு சாதகமானவற்றை சிறுபான்மையினர் தடுக்கத் தொடங்கினார்கள். அதாவது, யூகோஸ்லாவியாவில் வாழ்ந்த சிறுபான்மை இனக் குழுவினர் ஒன்றிணைந்து செர்பியர்களின் நலனுக்கு எதிராகச் செயல்பட்டார்கள். அதுவரையில் செர்பியர்களின் ஆதிக்கமாக இருந்த யூகோஸ்லாவியா மெல்ல மெல்ல மற்றவர்களின் கைகளுக்குள் சென்றது.

இந்த 'Different But Equal' என்கிற முழக்கம் செர்பியர்களைப் பொருத்தவரை தங்களின் அடையாளத்தையும், அதிகாரத்தையும் சிறுபான்மையினருக்காக விட்டுக்கொடுக்க நிர்பந்திக்கிறதென கருதினார்கள். யூகோஸ்லாவியா எனும் நாடு செர்பிய இன மக்களின் அதிகாரத்திற்குள் இயங்கும் கட்டமைப்பாக இருந்த பொழுது, அது மற்ற இனத்தவர்களுக்குப் பிடிக்கவில்லை. பிறகு, யூகோஸ்லாவியாவில் சிறுபான்மையினருக்கும் அதிகாரப்

பகிர்வு என்கிற நிலை வந்த பொழுது, பெரும்பான்மையினரான செர்பியர்களுக்கு அது பிடிக்கவில்லை.

மேலும்,போஸ்னியா,குரோஷிய பகுதியில் அங்குள்ளவர்களுக்குக் கீழும், கொசோவா பகுதியில் இஸ்லாமியர்களுக்குக் கீழும் செர்பியர்கள் வாழ்ந்தாக வேண்டிய சூழல் நிலவியது. யூகோஸ்லாவியா எனும் தேசத்திற்குள் இந்தக் குட்டி மாகாணங்களுக்கு என்று பல்வேறு சலுகைகள் அரசியல் அமைப்பு மாற்றத்தின் காரணமாகக் கிடைத்ததால், அவர்கள் அதை அங்கிருக்கும் செர்பிய இனத்தவர்களை ஒடுக்குவதற்குப் பயன்படுத்தி வந்தார்கள். இது பெரும்பான்மை செர்பிய மக்களுடைய உணர்வைக் காயப்படுத்தியே வந்திருக்கிறது.

ஆகவே, செர்பியர்கள் குறைவாக வாழும் பகுதிகளில், மற்ற இனக் குழுவினர் தங்களுக்கான அதிகாரங்களைப் பயன்படுத்தி செர்பியர்களை அழித்து விடுவார்கள் என்று செர்பியர்கள் பயம் கொள்ள ஆரம்பித்தனர். (இரண்டாம் உலகப் போரின்போது ஹிட்லரோடு சேர்த்து இன ஒழிப்புக் கொலைகளைச் செய்ய செர்பிய மக்கள் மீது கட்டவிழ்த்தது குரேஷியா என்பது வரலாறும் கூட) மேலும், தங்களுடைய நில உரிமைகளையும் வளங்களின் மீதான ஆதிக்கத்தையும், செர்பிய இன, மொழி, கலாச்சார அடையாளங்களையும் இழக்க நேரிடுமோ என்கிற பய உணர்வு செர்பிய அறிவாளிகளையும், படைப்பாளிகளையும் கவலை கொள்ள வைத்தது. இதுவே 'Memorandum of the Serbian Academy or Sciences and Arts' என்கிற குறிப்பாணைக்கான முக்கியக் காரணங்கள்.

இந்த நிலையிலிருந்து செர்பிய மக்களைக் காப்பாற்ற செர்பிய அறிஞர்கள் எடுத்த ஆயுதம்தான் செர்பிய தேசியவாத உணர்வு. இதுவே அதி தீவிர செர்பிய தேசிய இன உணர்வை செர்பிய மக்களிடம் வளர்க்கவும், பிற இனங்களைச் சந்தேகித்து வெறுக்கவும் வைத்தது. ஹிட்லரின் யூத இன ஒழிப்புக்குப் பிறகு தேசிய உணர்வு தவறாக பயன்படுத்தப்பட்ட இன்னுமொரு வரலாற்று சாட்சி இது.

'Centralized - Brotherhood and Unity' என்கிற முறை யூகோஸ்லாவியாவில் இருந்த போது, அங்கே பெரும்பான்மையினரான செர்பியர்கள் ஆதிக்கம் செலுத்தினார்கள். அது சிறுபான்மையினருக்குப் பிடிக்கவில்லை. 'Decentralized - Different and Equal' என்கிற முறை வந்த போது, தங்களின் அடையாளங்களுக்கும், கலை, கலாச்சாரங்களுக்கும் முக்கியத்துவம் கிடைக்கவில்லை என பெருபான்மையினரான செர்பியர்கள் கருதினார்கள்.

யூகோஸ்லாவியா என்கிற தேசம் சிதறிப்போக, மேலே சொல்லப்பட்ட சிந்தனையும், அந்தச் சிந்தனையை நோக்கி அவர்களை நகர்த்திய சரித்திர நிகழ்வுகளும், வெவ்வேறு இன மக்களிடத்தில் ஒற்றுமையைக் கொண்டு வந்து இணைக்க இயலாத தத்துவார்த்த தட்டுப்பாடுகளும், அந்த மக்களின் மதங்களும், இந்த உணர்வுகளை அரசியலாக்கிய அதிகாரத்தில் இருந்த அரசியல்வாதிகளுமே காரணம் எனச் சொல்லலாம்.

யூகோஸ்லாவியா என்கிற நாடு இப்படி பல தேசங்களாகப் பிரியும் முறையில்கூட பல விதங்களில் மாறுபட்டதாகவே இருக்கிறது. எந்த ஒரு வெளிநாட்டின் உந்துதல் இன்றியே இது நடந்தேறியது. இதற்காகவென தனியாகப் போராட ஆயுதம் ஏந்திய போராட்ட இயக்கங்களும் கிடையாது. குறிப்பிட்ட வளங்களை முன் வைத்து, அதைச் சொந்தம் கொண்டாட நடந்த பெரும் சண்டைகளோ, போராட்டங்களோ இல்லை. இது முழுக்க முழுக்க அதிகாரத்தில் உள்ளவர்களாலேயே அரங்கேற்றப்பட்டது. ஆளும் அரசியல்வாதிகளின் நிலைப்பாட்டு மாற்றத்தாலேயே நடந்தது.

இதையெல்லாம் பார்க்கும் பொழுது, இந்த அளவுக்கு சகிப்புத் தன்மையும், மற்ற இனக் குழுக்கள் மீது வெறுப்பும், துவேசமும் மனிதர்களுக்குள் சாத்தியமா என்கிற அதிர்ச்சியையும் இது தருகிறது.

ஒன்றுபட்ட யூகோஸ்லாவியா நாட்டை உருவாக்கிய மார்ஷல் டிட்டோவின் மரணத்திற்குப் பிறகு செர்பிய தேசியவாதம்

அங்கே வெறித்தனமாக மேலோங்கியது. அவர்கள் சிறுபான்மையினராக வாழும் இடங்களில் தாங்கள் நசுக்கப்படுகிறோம் என்பதை மென்மேலும் ஊதி, பல மடங்கு அளவில் பெரியதாகக் காட்டினார்கள். இப்படி மெல்ல மெல்ல உசுப்பியதால் அன்றைய கம்யூனிஸ்ட் தலைவராகவும், ராணுவம், போலீஸ் உள்ளிட்ட அதிகாரங்களைக் கையில் வைத்திருந்தவருமான ஸ்லோபோடன் மிலோசெவிக், செர்பிய தேசியவாத ஆதரவு நிலைப்பாட்டை எடுக்கவேண்டிய சூழ்நிலைக்குத் தள்ளப்பட்டார்.

“இனி உங்களை யாரும் அடிக்க முடியாது” என செர்பிய மக்களிடம் பயம் கலந்த தொனியில் மிலோசெவிக் சொன்ன ஒற்றை வாக்கியம் யுகோஸ்லோவியா தேசம் முழுவதும் பெரும் பிரளயமாக வெடித்தது. இதனால், நாடெங்கும் உள்ள செர்பிய இன மக்கள் ஒன்றிணைந்து போராட ஆரம்பித்தனர். எனவே, மற்ற இனத்தவர்களும் ‘யுகோஸ்லாவியா’ எனும் தேச உணர்விலிருந்து பிரிந்துபோக ஆரம்பித்தார்கள்.

ஒன்றுபட்ட யூகோஸ்லாவியாவில் யாருக்கு எவ்வளவு இடம் என்கிற போட்டியில் ஒவ்வொரு இனக் குழுவினரும் மற்ற இனக் குழுவினரோடு சண்டையிட்டார்கள். வளம் கொண்ட இடங்கள் மீது தங்கள் ஆதிக்கத்தை நிலை நிறுத்த மற்ற இனக் குழுவினரோடு போர் புரிந்தார்கள். நகரங்களை முற்றுகையிட்டு வதைத்தார்கள். நகர மக்களை நேர்த்தியாக ஒதுக்கி இன ஒழிப்புக்கான கொலைகளைச் செய்தார்கள். ஆயிரமாயிரம் மக்களை இடம் பெயரச் செய்தார்கள். கூட்டம் கூட்டமாக கொலைகள், இன அழிப்பு, கும்பல் பாலியல் பலாத்காரங்கள் அரங்கேறின. பேச்சுவார்த்தையின் பொழுது பக்க பலமாக இருக்க ராணுவம் நிலங்களைக் கைப்பற்றியும், நகரங்களை முற்றுகையிட்டும், அதை வைத்து மேஜையில் பேரமும் பேசினர். அமெரிக்க நேட்டோ படைகள் குண்டு மழை பொழிந்தன. பலநூறு சவக்குழிகள் வெட்டப்பட்டு, ஆயிரக்கணக்கில் மக்களைக் கொன்று, குழிகளை நிரப்பினர்.

இப்படியாக அடக்குமுறை, அதிகாரப் பகிர்வு, அரசியல் போட்டி, ஆட்சியாளர்களின் சுயநலம் காரணமாக வன்முறையின் எல்லா வடிவங்களும் நடந்தேறிய யூகோஸ்லாவியா எனும் நாடு இறுதியில் செர்பியா, குரோஷியா, போஸ்னியா, மாண்டினீக்ரியா, மெசிடோனியா, ஸ்லோவினியா என்று ஆறு துண்டுகளாக வெட்டப்பட்டு, தன்னுடைய மூலத்தை இழந்து, ‘காணாமல் போன தேசங்கள்’ பட்டியலில் தன்னை இணைத்துக் கொண்டது!

நொறுங்கிப்போன கவிதைகளின் தேசம்! 'சோமாலியா'

ஆப்பிரிக்காவின் கிழக்குப் பகுதியில், இந்தியப் பெருங்கடலும் செங்கடலும் இருபுறம் சூழ்ந்திருக்க, மற்ற நிலப் பகுதிகளை லிபியா, எத்தியோப்பியா, கென்யா ஆகிய நாடுகள் சூழ்ந்திருக்க, உலக வரைபடத்தில் ஆப்பிரிக்கக் கண்டத்தின் கொம்பாகத் திகழும் இந்த நிலப்பரப்பே 'சோமாலியா' என்கிற நாடு.

இன்னும் வெளிச்சத்திற்கு வராத சில ஆப்பிரிக்க நிலப் பகுதிகளைப் போன்று வெளி உலகத் தொடர்பு இல்லாத நிலப்பகுதி அல்ல சோமாலியா. ஏனென்றால், பண்டைக் காலம் முதலே கடல் வணிகத்தின் இணைப்புச் சங்கிலியாகவே இந்த நிலப்பரப்பு இருந்திருக்கிறது. இந்தியாவுக்கும் ஐரோப்பாவுக்கும் இடையிலான கடல் வர்த்தகத்தில் சோமாலியா நிலப்பரப்பு மிகவும் முக்கியமானது. அக்காலத்தில் சோமாலியாவை அரேபியர்கள் நிர்வகித்து வந்தனர். பின்னர் இங்கிலாந்து, பிரான்ஸ் மற்றும் இத்தாலி ஆகிய நாடுகள் இந்த நிலப்பரப்பை தங்களுக்குள் பிரித்து காலனியாக்கி சக்கையாக்கினர்.

'ச்சூ' என்றால் 'போ' என்று பொருள். (ச்சூ' என்பது நாம் விலங்கினத்தை விரட்ட பயன்படுத்தும் ஒலி) 'மால்' என்றால் பால். அதாவது, 'போய் பால் கற' என்று பொருள். இந்த

'சூமால்' என்கிற சொல்லே பின்னர் சோமாலியா என்று ஆனதாம். கால்நடைகள் வளர்க்கத் தகுந்த வளமையான நிலப்பரப்பு. இன்னும் அகண்ட பாலைப் பகுதி. செங்கடலும், இந்தியக் கடலும் தரும் வளமான மீன்கள். காலம் காலமாக இந்த இயற்கை வளத்தை அளவாகப் பகிர்ந்து வாழத் தெரிந்த அறிவான, வலுவான மக்கள். ஒட்டு மொத்தத்தில் 'The Most Tall and Handsome People' எனக் குறிப்பிடப்பட்ட இனக் குழுவின் கூட்டமே சோமாலிய மக்கள்.

இவர்களின் மொழி சோமாலி. முகம்மது நபிகளுக்குப் பிறகு முழுக்க முழுக்க இஸ்லாமிய மார்க்கத்தைத் தழுவினார்கள் சோமாலி மக்கள். மற்ற ஆப்பிரிக்க நாடுகளைப் போல பல மதங்கள், பல மொழிகள் என்கிற நிலைக்கு மாறாக, ஒரே மொழி, ஒரே மதம், ஒரே மதப் பிரிவு, ஒரே கலாச்சாரம் என்றாலும், இவர்களுக்குள் பல இனக் குழுக்களும், அந்த இனக் குழுக்களுக்குள் பல உட்பிரிவுகளும் கொண்ட நாடு சோமாலியா.

'அரேபிய வழித் தோன்றல்கள் நாங்கள்' என்று தங்களைத் தீர்க்கமாக நம்புகிறவர்கள் சோமாலியர்கள். அரேபியக் கூட்டமைப்பில் சோமாலியா உறுப்பினரும் கூட. ஐரோப்பிய காலனி ஆதிக்கத்தில் கசக்கிப் பிழியப்பட்ட சோமாலியா, 1960ஆம் ஆண்டு சுதந்திரம் அடைந்து, குடியரசு நாடாக தன்னை அறிவித்துக்கொண்டு, தனக்கான அரசியல் சாசனத்தையும் உருவாக்கியது.

காலனி ஆதிக்கம் முடிவுக்கு வந்தபோது சோமாலிய மொழி பேசும் மக்கள் வாழ்கின்ற நிலப்பரப்பை பிரித்து சோமாலியா என்கிற நாடு உருவாக்கப்பட்டது. என்றாலும், சோமாலி மொழி பேசும் மக்கள் அதிகமாக வாழ்ந்து வந்த சோமாலியாவின் மேற்கு நிலப்பகுதியின் ஒரு பகுதி எத்தியோப்பியாவிடம் சென்று விட்டது. எத்தியோப்பியாவின் ஆட்சி அதிகாரத்தில் அந்தப் பகுதி இருந்ததால் யாரும் அந்த நிலப்பகுதியை சோமாலியாவுடன் ஒன்றிணைக்க வேண்டும் என்று எண்ணவில்லை. மாறாக,

சிலருடைய அப்பபடியான எண்ணத்திற்கு யாரும் ஆதரவும் தரவில்லை.

இந்த நிலையில் அடைந்த சுதந்திரத்தை சோமாலிய தேசியவாதிகள் கோபத்தோடும் முணுமுணுப்போடுமே ஏற்றுக்கொண்டனர். அதே நேரத்தில் எத்தியோப்பிய நாட்டுடன் இணைக்கப்பட்ட மேற்குப் பகுதியில் வாழும் தங்கள் சகோதரர்கள் இன்னும் அடிமைகளாக இருக்கிறார்களே என்கிற எண்ணத்தோடுதான் ஒவ்வோர் ஆண்டும் சுதந்திர தினத்தைக் கொண்டாடினார்கள் சோமாலியர்கள். காலனி ஆதிக்க விடுதலைக்குப் பிறகு மேற்குப் பகுதியில், அதாவது எத்தியோப்பிய நாட்டின் பகுதிக்குள் சென்றுவிட்ட நிலப்பரப்பில் வசித்து வந்த பலரும் தங்கள் பூர்வீகம் சோமாலி தேசமே என்று எண்ணி சோமாலியாவுக்குள் குடியேறினர். இப்படியாக தங்களுக்கென ஒரு தேசத்தைப் படைத்தனர் சோமாலியர்கள்.

காலனி ஆதிக்கத்திலிருந்து விடுபட்டு சுதந்திரம் அடைந்த பிறகு, பொதுத் தேர்தல் நடத்தி 'அப்திராசித் அலி ஷெர்மார்க்'கை தங்களின் பிரதமராக்கிக் கொண்டனர் சோமாலிய மக்கள். கால்நடைகளை வளர்ப்பதிலும், அவற்றை அயல் நாடுகளுக்கு ஏற்றுமதி செய்வதிலும் பெரும் புரட்சியைச் செய்தனர். முக்கியமாக, சோமாலியா நாட்டின் ஆடுகள், மாடுகள் மற்றும் ஒட்டகங்களின் இறைச்சி சவூதி, துபாய், ஓமன் போன்ற மத்திய ஆசிய அரேபிய நாடுகளுக்கு அதிக அளவில் ஏற்றுமதி செய்யப்பட்டது.

இரண்டாம் உலகப் போருக்குப் பிறகு 'நானா நீயா?' என அமெரிக்காவுக்கும், ரஷ்யாவுக்கும் இடையே நடைபெற்றுக் கொண்டிருந்த பனிப்போரில், ஆப்பிரிக்கக் கண்டத்தில் எத்தியோப்பியாவில் மட்டுமே மன்னர் ஆட்சி நடைபெற்றுக் கொண்டிருந்தது. மன்னர் ஆட்சி என்றாலும், எத்தியோப்பியா அமெரிக்காவுக்கு ஆதரவு தேசமாக இருந்தது. எனவே, எத்தியோப்பியாவின் அண்டை நாடான சோமாலியா சோவியத் ரஷ்யாவின் ஆதரவு நாடானாது. இதுதான் உலகெங்கும் பனிப் போர் காலத்து சூழல் இல்லையா?

எத்தியோப்பியாவின் ஆதரவு நாடாக விளங்கிய அமெரிக்காவை எச்சரிக்கும் விதமாக, தன்னுடைய பல்வேறு வகையான ராணுவத் தளவாடங்களை சோமாலியாவில் நிறுவியது ரஷ்யா. இதனால், தன்னுடைய தேசத்திற்கான கட்டமைப்பை ரஷ்யாவின் உதவிகளோடும், மற்ற சில அயல் நாடுகளின் உதவிகளோடும் மெல்ல மெல்லக் கட்டமைக்கத் துவங்கியது சோமாலியா எனும் தேசம்.

வாய்வழி மொழி கொண்டே கவிதை புனைந்து சரித்திரம் கடத்திய தேசம் சோமாலியா. இங்கு எல்லாமே கவிதைகள் தானாம். நிகழ்வுகளைக் கவிதைகளாக்கி, உணர்வுகளை வார்த்தைகளுக்குள் பூட்டி, கவிதைகளையே வரலாற்று ஆவணமாக்கிக் கொள்வார்களாம் சோமாலியர்கள். அதை மனனம் செய்து தலைமுறை தலைமுறையாகவும் கடத்துவார்களாம். இவர்கள் எழுதிய கவிதைகள் ஏராளம். என்றாலும், இவர்கள் எழுதிய தேசமெனும் பொதுக் கவிதையோ துன்பவியல் வரலாற்றுக் கவிதையாகிப் போனது!

இத்தாலி, இங்கிலாந்து மற்றும் பிரான்ஸ் ஆகிய நாடுகளால் காலனியாக்கப்பட்ட, ஆப்பிரிக்காவின் கொம்பு தேசமெனவும், கவிஞர்களின் பூமி எனவும் அழைக்கப்படும் சோமாலியா 1960ஆம் ஆண்டு விடுதலை பெற்று, ஒரு தேசமாக உருவாகி, வளர்ச்சியை நோக்கி முன்னேறத் துடித்துக்கொண்டிருந்த சூழலில், அதன் முதல் ஜனாதிபதி அப்திர் ரஷித் அலி 1969ஆம் ஆண்டில் படுகொலை செய்யப்படுகிறார். அதைத் தொடர்ந்து ராணுவம் மூலம் கலகம் செய்து அதிகாரத்தைக் கைப்பற்றுகிறார் அப்போதைய ராணுவத் தலைமை தளபதியாய் இருந்த மேஜர் ஜெனரல் சாத் பர்ரே.

இந்த சாத் பர்ரே என்பவர்தான், இனிவரும் கறுப்புச் சரித்திரத்தின் நீக்க முடியாத தலைவராவார் என யாரும் அந்த நேரத்தில் எதிர்பார்க்கவில்லை. 1969 மற்றும் 1970ஆம் ஆண்டுகள் என்பது கம்யூனிஸ்ட் புரட்சியாளர்களின் காலம்.

கியூபாவின் ஃபிடலும், சேகுவேராவும் ஆப்பிரிக்க நாடுகளில் காலனி ஆதிக்கத்துக்கு எதிராகவும், அரசாட்சிக்கு எதிராகவும் களம் கண்டுகொண்டிருந்த நேரம். சோவியத் ரஷ்யா கம்யூனிஸம் மூலம் உலகெங்கும் தொடர்பை உருவாக்கி, உலகத்தின் சக்தி மிகுந்த நாடாக உருவெடுத்துக் கொண்டிருந்த காலம்.

ராணுவத்தின் உதவியோடு ஆட்சி அதிகாரத்தில் அமர்ந்த சாத் பர்ரே, "சோமாலியா இனி சோஷியலிச நாடாக மாறும்" என்று அறிவித்தார். அதனைத் தொடர்ந்து புதிய சோமாலியா பிறந்தது. பல்வேறு இனக் குழுக்களாகப் பிரிந்திருந்த சோமாலிய மக்கள், தங்களுக்குள் இருந்த இனக் குழு உணர்வை ஒதுக்கி, ஒற்றை சோமாலியா என்கிற உணர்வாளர்களாக மாற பல்வேறு மாற்றங்களைக் கொண்டு வந்தார் சாத் பர்ரே. இதனால், உயர்மட்ட ராணுவ அதிகாரிகளை உள்ளடக்கிய உயர்நிலை புரட்சிக்கழககவுன்சில் ஒன்றை உருவாக்கினார் சாத் பர்ரே. இந்தக் கவுன்சிலில் இடம்பெற்றிருந்தவர்கள்தான் நாட்டின் நிர்வாகத்தை நடத்தி வந்தனர். இது நம்மூர் மந்திரிசபை போன்றதொரு நிர்வாக முறை ஆகும். மாவட்ட ஆட்சியாளர்களாகவும், மாநில நிர்வாகிகளாகவும் ராணுவ அதிகாரிகள் நியமிக்கப்பட்டார்கள்.

பொருளாதாரத்தை மேம்படுத்தவும், கால்நடை வர்த்தகத்தைப் பெருக்கவும் பல்வேறு புதிய திட்டங்கள் தீட்டப்பட்டன. ரஷ்ய வல்லுநர்களோடு ஐரோப்பாவில் கல்வி பயின்ற சோமாலியர்கள், சோமாலியாவை சோஷியலிச நாடாக்கும் கனவை முழு முனைப்போடு ஆரம்பித்தார்கள். ரஷ்யாவின் நெருக்கம் சோமாலியாவின் ராணுவ பலத்தையும் கூட்டியது. இந்தச் சூழலில்தான் அகண்ட சோமாலியா எனும் கனவை மெய்ப்பிக்கும் நோக்குடன், சோமாலிய மக்கள் அதிகமாக வாழும் எத்தியோப்பிய நிலப் பகுதியான 'உகடான்' பகுதி மற்றும் கென்ய நிலப்பகுதியைச் சோமாலியாவுடன் இணைக்கும் முயற்சி சாத் பர்ரே ராணுவ ஆட்சியில் மெல்ல மெல்ல வலுப் பெற்றுக் கொண்டிருந்தது.

ஒரு சோமாலிய கவிதை

காலம் காலமாக மனிதர்கள் மீது
கருணையைப் பொழிந்த வண்ணம்
நான் இருக்கிறேன்.
அவர்கள் இன்னும்
நிறைவு கொள்ளவில்லையா?
உறங்குவதற்குப் படுக்கை அளித்து
அவர்களைத் தூங்க அழைத்தேன்.
அவர்கள் இன்னும்
நிறைவு கொள்ளவில்லையா?
ஒட்டகத்துப் பாலை
நாளொன்றுக்கு மும்முறை கறந்து,
அவர்களை அருந்த அழைத்தேன்.
அவர்கள் இன்னும்
நிறைவு கொள்ளவில்லையா?
கொழுத்த கிடாய் அடித்து
அவர்களை உண்ண அழைத்தேன்.
அவர்கள் இன்னும்
நிறைவு கொள்ளவில்லையா?
அவர்கள் இலையில் நெய் ஊற்றினேன்.
அவர்கள் இன்னும்
நிறைவு கொள்ளவில்லையா?
அழகிய மணப்பெண்ணைத் தந்து
மணம் முடிக்க அழைத்தேன்.
அவர்கள் இன்னும்
நிறைவு கொள்ளவில்லையா?
மணப் பெண்ணோடு வெகுமதியாக
மந்தையில் சில மாடுகளை
தனியே ஒதுக்கி வைத்தேன்.
அவர்கள் இன்னும்
நிறைவு கொள்ளவில்லையா?
புகழ்ச்சியான சொற்கள்
ஆயிரம் கூறினேன்.

அவர்கள் இன்னும்
நிறைவு கொள்ளவில்லையா?
ஓர் அதிகாலையில்
என் குதிரையைத் தயார் செய்து
ஈட்டியை குதிரையின் தசையில் நுழைத்து
அதன் இருதயத்தைப் பிளந்தேன்.
அதன் பின்னர் அவர்கள்
மன நிறைவு கொண்டனர்.

அகண்ட சோமாலியா கனவு என்பது மன்னர் காலத்து அல்லது புராண காலத்து எல்லைப் பகுதிகளை மீட்டெடுக்க எடுக்கும் முயற்சி ஆகும். பல நாடுகளிலும் இது போன்ற கனவுகள் உண்டு.

சாத் பர்ரே தன்னுடைய ராணுவ சர்வாதிகார ஆட்சியில் சோமாலிய மக்களின் வாழ்க்கையை மேம்படுத்தவும், சோமாலிய தேசத்தை அடுத்த நிலைக்கு எடுத்துச் செல்லவும் உருவாக்கிய பல்வேறு புதிய திட்டங்களில் முக்கியமானதொரு திட்டம் 'சோமாலி நிலச் சட்டம்' ஆகும். 1967ஆம் ஆண்டு சோமாலியா தேசத்தின் நில நிர்வாகத்தை முறைப்படுத்தவும், ஒவ்வொருவருக்குமான நில உரிமையைச் சட்டப் பூர்வமாகப் பதிவு செய்யவும் கொண்டு வரப்பட்டது இச்சட்டம். இதன் மூலம் 'இதுவரை அனுபவித்ததெல்லாம் செல்லாது. ஒவ்வொருவரும் தங்களுக்கான நில உரிமையைச் சட்டப் பூர்வமாகவும், புதியதாகவும் பதிவு செய்ய வேண்டும்' என்று அரசு ஆணையிட்டது. நம் நாட்டில் கொண்டு வரப்பட்ட 'பண மதிப்பிழப்பு' மாதிரியான திடீர் அதிரடி நடவடிக்கை இது.

இந்தச் சட்டத்தின் மூலமாக சோமாலிய நாட்டின் அனைத்து நிலமும் நாட்டின் பொதுச் சொத்தாக்கப்பட்டது. எனவே, தனிநபர் தன்னுடைய நிலத்தின் உரிமையை நிரூபித்த பின்னரே, அந்த நிலத்தின் மீதான தன்னுடைய உரிமையை சட்டப் பூர்வமாக்கிக் கொள்ளலாம்.

ஆனால், பரம்பரை பரம்பரையாக எந்த விதமான ஆதாரமும் இல்லாமல், வாய் மொழியாகவும், நம்பிக்கையின் அடிப்படையிலுமே இது தங்களுக்கான நிலம் என நம்பிச் செயல்பட்டு வந்த மக்கள், இப்படித் திடீரென அரசு அறிவித்த நிலச் சட்டத்தால் ஆடிப் போனார்கள். 'இது என்னுடைய நிலம்' என எப்படி நிரூபிப்பது என்று தெரியாமலும், அப்படி நிரூபிக்க ஆகும் செலவு அதிகமானதாக இருந்ததாலும், மக்களுக்கு இப்படி நிரூபிக்கும் முறை மிகவும் சிக்கலானதாக இருந்தது. மேலும், பல நேரங்களில் மக்கள் தங்கள் நிலத்தின் மீது உரிமை கோரிய பொழுது, அரசாங்க அதிகாரத்தில் பங்கு வகித்தவர்களும் அதே நிலத்துக்கு உரிமை கோரினார்கள். அரசின் நெறிமுறைகள் நன்கு தெரிந்ததால், அரசு அதிகார நிர்வாகத்தில் பங்கு வகித்தவர்கள் இந்தச் சட்டத்தின் மூலமாக அடுத்தவர்களின் நிலத்தை மிக எளிதாக தங்களுடைய நிலமாக்க முடிந்தது.

ஆகவே, சாத் பர்ரெ அரசு கொண்டு வந்த நில உரிமைச் சட்டத்தின் மூலமாக அடுத்தவர்களின் நிலத்தை ஆட்டையைப் போட்டார்கள் அரசு நிர்வாகத்தில் பங்கு வகித்தவர்கள். இதன் மூலம் மெல்ல மெல்ல வளமான நிலங்கள் அனைத்தும் அதுவரை அனுபவித்துக் கொண்டிருந்தவர்களை விட்டு, ராணுவ மற்றும் நிர்வாக அதிகாரிகளிடம் கைமாறிச் சென்றது. ராணுவத்திலும், அரசு நிர்வாகத்திலும் இடம் பெற்றிருந்த அதிபர் சாத் பர்ரெயின் இனத்தைச் சேர்ந்தவர்கள், இந்தச் சட்டத்தை தங்களுக்குச் சாதகமாக்கி, பொது மக்களின் நில வளங்களை தங்களுடையதாக மாற்றினர். நிலங்களைக் கைப்பற்றிய அரசாங்கம், அந்த நிலங்களை வைத்தே அரசியலும் செய்தது. யாராவது அரசாங்கத்திற்கு எதிராகப் பேசினால், அவர்களைக் குறி வைப்பது, அரசாங்கத்திற்கு இணக்கமாகச் செல்பவர்களுக்கு நில உரிமையை வழங்குவது என நிலத்தைக் கொண்டே தன் சர்வாதிகார அரசை தற்காத்துக் கொண்டார் அதிபர் சாத் பர்ரெ.

ஆண்டாண்டு காலமாக, வம்சாவளியாகப் பயன்படுத்தி வரும் தன்னுடைய நிலத்தை எடுத்து இன்னொருவனுக்குக்

கொடுத்தால், அதை இழந்த குழு என்ன செய்யும்? எனவே, இதுவரையிலும் வெளியே தெரியாமல் இருந்த இனக் குழுக்களிடையே இருந்த பகையானது, மூடி வைத்த குக்கருக்குள் அதிகரிக்கும் அழுத்தம் போன்று எகிறிக் கொண்டே சென்றது.

நிலங்களையும் வளங்களையும் குறித்த ஏற்றத் தாழ்வு எந்த நாட்டில் குழு மனப்பான்மையோடு நிலவுகிறதோ, அந்த நாட்டில் அமைதி என்பது நிலவாது. அப்படியே நிலவினாலும் அது தொடர்ந்து நீடிப்பதில்லை.

சோமாலியாவில் இலை மறைக் காயாக இருந்து வந்த இரு இனக் குழுக்களின் பிரச்னைகளை அதுவரை இரு தரப்பினரும் உட்கார்ந்து பேசி முடித்த நிலை மாறி, தற்போது அரசு அதிகாரிகளின் கைகளுக்கு பிரச்னைகள் சென்றன. இப்போது, தனக்குத் தேவையானவர்கள், தனக்கு வேண்டப்பட்டவர்களுக்கு அதிகார மட்டத்தில் இருந்தவர்களால் சாதகமான தீர்ப்பு அளிக்கப்பட்டது. மக்கள் விரோத அந்தத் தீர்ப்பு ராணுவ பலத்தால் மக்களின்மேல் திணிக்கப்பட்டது. நில உரிமைச் சட்டத்தால் கைமாறிய நிலங்கள், பின்னர் நிலங்களை வைத்து அரசு செய்த அரசியல் அனைத்தும் சோமாலியா என்கிற தேசம் சிதைந்து போனதற்கு முக்கியக் காரணமாயிற்று. இந்தக் காரணத்தோடு இயற்கையின் கொடிய வறட்சியும் சேர்ந்துகொண்டு, பஞ்சம், பசி, பட்டினியால் மக்களின் உயிரை வேட்டையாடத் துவங்கியது.

ஆப்பிரிக்கக் கண்டத்தின் கொம்பான சோமாலியாவில் எல்லாமே கவிதைகள்தான். திட்ட, மகிழ, அழ, காதலிக்க! அதிலும் போத்தேரி என்கிறவன் தன் காதலி ஹோதானுக்கு எழுதிய காதல் கவிதைகள் அவ்வளவு புகழ்பெற்றதாம்.

Bodheri என்பவன் தன்னுடைய காதலி Hodhanக்கு எழுதிய காதல் கவிதை இது:

> "இருதயத்தை நிரப்பக்கூடிய அற்புதத்தை
> கண்களால் கண்டுவிட முடியுமென்றால்,

கண்பார்க்கும் அழகு மட்டுமே
மனிதனை திருப்தியாக்க முடியுமென்றால்
ஹோடானின் பேரழகைக் கண்டவன் நான்!"

திடீரென கொண்டு வரப்பட்ட நில உரிமைச் சட்டம், அந்தச் சட்டத்தால் நில, வளங்களை இழந்து வாழ்வாதாரம் பாதிக்கப்பட்ட இனக் குழுக்கள் என்கிற சூழல் நாடெங்கும் நிலவ, ஒவ்வொரு சோமாலியும் தன்னைவிட, தன் நாட்டைவிட, தன்னுடைய இனக் குழுவை அதிகம் நேசிப்பவனாக மாற ஆரம்பித்துவிட்டான்.

வாழ்வாதாரத்திற்குக் காரணமாக விளங்கும் நிலமும், வளமும் மறுக்கப்பட்ட அல்லது ஒடுக்கப்பட்ட சமூகங்கள் இப்படித்தான் குறுகிய வட்டத்துக்குள் இணைந்து கொள்ளும் என்பது பொதுவான உணர்வு விதி. எனவே, சோமாலிய தேசத்தில் நில, வளங்களை இழந்து தவித்த மக்களிடையே தங்களுக்கான குழு உணர்வுகள் மேலோங்க ஆரம்பித்தது. இதன் விளைவாக இனக் குழுவினரிடையே பகையும், விரோதமும் எந்தக் காலத்திலும் இல்லாத அளவுக்கு அதிகரித்தது. இந்தச் சூழலில்தான் 1977/78ஆம் ஆண்டில் சோமாலியா ஒரு மிக முக்கியமான போரை ஆரம்பித்தது. அது 'உகடான்' போர்.

'உகடான்' பகுதி என்பது சோமாலி மக்கள் பெரும்பான்மை கொண்ட நிலப்பகுதி. ஆனால், அது சோமாலி நாட்டின் அண்டை நாடான எத்தியோப்பியாவிடம் இருந்தது. 'Greater Somalia' என்கிற சோமாலிய தேசியவாத முழக்கங்களுக்கு முக்கியக் காரணமாகத் திகழ்ந்த 'உகடான்' நிலப் பகுதியையும் மற்றும் கென்யாவில் இருக்கும் சிறு நிலப் பகுதிகளையும் சோமாலியாவுடன் இணைக்கும் கனவு இது. மக்களிடம் அதிக வரவேற்பையும் உற்சாகத்தையும் கொண்டு வரும் திட்டம் இது. இந்தியாவில் பாகிஸ்தானுக்கு எதிராக இருக்கும் உணர்வை உசுப்பிவிட்டால் வரவேற்பும் உற்சாகமும் கிடைப்பதைப்

போன்றதுதான் இதுவும். எல்லாவற்றையும் மறந்து மக்கள் இதைக் குறித்தே பேசிக்கொண்டிருப்பார்கள் அல்லவா!

'சனி உச்சத்தில் இருக்கு' என்று நம் ஊரில் சொல்வோம் அல்லவா! அது மாதிரியான ஒரு நிகழ்வு 1977/78ஆம் ஆண்டில் நடந்தது. அதாவது, 'நானா, நீயா?' என்கிற அமெரிக்க, ரஷ்ய பனிப் போர்க் காலத்தில், அவ்விரு நாடுகளும் நடத்திய கூட்டணி மாற்றம்.

எத்தியாப்பியாவை ஆண்டு கொண்டிருந்த மன்னர் 'சொலேசி'யின் ஆட்சியைக் கவிழ்த்து, ராணுவப் புரட்சியால் கம்யூனிஸ்ட் புரட்சிப்படை அதிகாரத்தைக் கைப்பற்றியது. ஆட்சி மாற்றத்தின் விளைவாக எத்தியோப்பியாவில் உள்நாட்டுக் கலகம் ஆரம்பிக்க, அதுவரை எத்தியோப்பியாவிற்கு உதவியும் பக்க பலமுமாகவும் இருந்து வந்த அமெரிக்கா, கம்யூனிஸ்ட் புரட்சிப்படை ஆட்சியைப் பிடித்துக் கொண்டதால், அந்த நாட்டிற்கு வழங்கி வந்த அனைத்து உதவிகளையும் நிறுத்தியது. இப்போது எத்தியோப்பியாவில் நடைபெற்று வரும் கலகத்தை அடக்கவும், கம்யூனிஸ்ட் புரட்சிப்படைக்கு ஆதரவாகவும் சோவியத் யூனியன் உதவி செய்ய ஆரம்பித்தது.

இந்த நேரத்தில், எத்தியோப்பியாவில் நிலவும் குழப்பத்தில் மீன் பிடித்து விடலாமென, அந்த நாட்டின் மீது படையெடுத்தது சோமாலியா. இதனால், ஏற்கனவே நிலவி வந்த சோவியத் யூனியன் சோமாலிய உறவில் விரிசல் ஏற்பட, இதுவரை சோமாலியாவிற்கு வழங்கி வந்த அனைத்து உதவிகளையும் நிறுத்தியது சோவியத் யூனியன். மேலும், ஏற்கனவே சோமாலியாவில் நிறுவப்பட்டிருந்த தனது ராணுவத் தளவாடங்கள் முழுவதையும் எத்தியோப்பியாவிற்கு இடம் மாற்றி, முழுக்க முழுக்க எத்தியாப்பியாவிற்கு ஆதரவு கொடுத்தது சோவியத் யூனியன். இந் நேரத்தில் புதிய எத்தியோப்பிய அரசாங்கத்துக்கு ஆதரவாக கியூபாவும் களமிறங்கிப் போரிட்டது. ஆக, சோமாலிய படை படுதோல்வி அடைந்தது.

இந்நிலையில் எத்தியோப்பியாவிற்கு உதவி செய்வதை நிறுத்திய அமெரிக்கா சோமாலியாவுக்கு உதவி செய்ய ஆரம்பித்தது.

இப்படி இரு வல்லரசுகளின் நாடகங்கள் அரங்கேறிய இடம் சோமாலியா. இப்படியான ஆதரவு நிலை மாற்றம் பனிப் போர் காலத்து கிறுக்குத் தனங்களின் உச்சக் கட்டம்.

அமெரிக்காவின் ராணுவ உதவியை சாத் பர்ரே தன்னை எதிர்க்கிறவர்கள் மீதும், மற்ற இனக் குழுக்கள் மீதும் பயன்படுத்தினார். இதனால் ஒரு கட்டத்தில் அமெரிக்காவும் தன்னுடைய அனைத்து உதவிகளையும் நிறுத்தியது. அடுத்தடுத்து செய்த கிறுக்குத்தனமான முடிவுகளாலும், சூழல்களுக்கு ஏற்ற நிலைப்பாட்டை எடுக்காததாலும், சோமாலியா தனக்கான குழியை ஆழமாகத் தோண்டியது. இதன் விளைவாக இரண்டு வல்லரசுகள் சோமாலியாவுக்குள் குறுகிய காலத்திற்குள் வந்து போனார்கள். ஆனால், அவர்கள் கொண்டு வந்த துப்பாக்கிகள், குண்டுகள் மற்றும் ராணுவத் தளவாடங்கள் அனைத்தும் அவர்களோடு மீண்டும் செல்லாமல் சோமாலியாவிலேயே தங்கிவிட்டன. பின்னர், அங்கு இயங்கி வந்த பல குழுக்களிடம் இந்தத் துப்பாக்கிகளும், ராணுவத் தளவாடங்களும் வந்தடைந்தன.

எத்தியோப்பியா உடனான போரில் சோமாலியா தோற்றுப்போக, இந்தப் போருக்குப் பின்னர் எத்தியோப்பியாவிலிருந்து இன்னும் பல ஆயிரம் சோமாலியர்கள் அகதிகளாக சோமாலியாவுக்குள் தஞ்சம் புகுந்தனர். இந்த வருகையானது ஏற்கனவே நிலத்தை மையப்படுத்தி நடந்து கொண்டிருக்கும் இனக் குழு பகையோடு சேர்த்து இனி வருங்காலத்தில் தீர்க்க முடியாத வன்முறைக் களமாக மாறப்போகும் சூழலுக்கு வித்திட்டது. வல்லரசுகளால் கைவிடப்பட்ட நாடு, சர்வாதிகாரிக்கு எதிரான மக்கள், போரில் தோல்வி, நிலமும் வளமும் பராமரிக்கப்படாமல் குற்றுயிரும் குலை உயிருமாக மக்கள் திரிந்து கொண்டிருந்த சோமாலியாவில் மட்டுமல்ல, இது போன்ற சூழல் எழும் எந்த நாட்டிலும் அடுத்து தலை தூக்கப்போவது சிறு குழுக்களின் ஆதிக்கமே.

இனக் குழுக்கள் உலகெங்கும் எல்லாச் சமூகங்களிலும் இருப்பவைதான். அதனால் இனக் குழு என்பது பிரச்னை

அல்ல. ஆனால், அரசியல் அதிகாரத்தில் உள்ளவர்கள் தங்களுக்கு வேண்டப்பட்ட சில குறிப்பிட்ட இனக் குழுக்களுக்கு மட்டும் காட்டுகிற தனி முக்கியத்துவமும், மற்றவர்களை ஓரம் கட்டுவதுமே முக்கியப் பிரச்சினை. அதிகாரத்தை வைத்து நில வளங்கள் மற்றும் வேலை வாய்ப்பை தங்களுக்குள் வைத்துக் கொண்டு சிலரை ஒதுக்குவதே இனக் குழு பிரச்சனையின் மூலம். இதுதான் பகை உணர்வுகளும், வன்முறைகளும் அரங்கேறுவதற்கான காரணங்கள். சோமாலியாவிலும் அப்படியே நடந்தேறியது.

சர்வாதிகார அரசியல் அதிகாரத்தைப் பெற்ற குறிப்பிடத்தக்க சில இனக் குழுக்களும், அதைச் சார்ந்த மேட்டுக் குடிகளும் மற்றவர்களை ஒதுக்கிவிட்டு மிக ஆடம்பர வாழ்க்கையை வாழ்ந்து வந்திருக்கிறார்கள். சோறும் நீரும் இல்லாமல் பலர். லேண்ட் க்ருசர் கார்களோடு ஆடம்பர வாழ்க்கையில் சிலர்! இனக் குழு அடையாளங்களைப் பொருத்தே கல்வி, உயர் பதவி என எழுதப்படாத இனக் குழு அரசியல் சோமாலியாவில் அரங்கேறியது. இதனால், இனக் குழுக்களிடையே பகைமையும் வெறுப்பும் உச்சமாய் வளர்ந்து, நாடெங்கும் வன்முறைக்கான சூழல் உருவாகியது.

எத்தியோப்பியா உடனான போரில் ஏற்பட்ட தோல்வி, நிலவளம் குறித்து சரியான புரிதல் இல்லாமல் கொண்டு வரப்பட்ட சோஷியலிச தேச முனைப்புகள் எல்லாம் சேர்ந்து சோமாலிய இனக் குழுக்களிடயே தீராத பகையை உருவாக்கியது. தேசம் படைக்க ஒன்று கூடிய இனக் குழுக்கள், தங்களின் இனக் குழுக்களுக்காக தேசத்தைப் பலியிட வேண்டியதாகிப் போனது.

இனக் குழுக்கள் நீர் மற்றும் நில வளங்களுக்காகத் தங்களுக்குள் சண்டையிட்டுக் கொள்வதும் பின்னர் சமரசமாவதும் எதார்த்தமான, வழக்கமான செயல். இச்சண்டைகள் பெரும்பாலும் இரு இனக் குழுவின் தலைவர்களாலும், மூத்தவர்களாலும் தீர்க்கப்பட்டு விடும். எனவே, இம்மாதிரியான இனக் குழுக்களிடமிருந்த பகை உணர்வு என்பது தொன்று தொட்டு வந்து கொண்டிருந்த வழமையான ஒன்றுதான்.

ஆனாலும், அதை அவர்கள் தீர்த்துக்கொண்டு வாழ்ந்து கொண்டிருந்தனர்.

இப்படியான பகை உணர்வை அகற்றி, சோமாலி என்கிற ஓர் உணர்வுக்குள் அனைவரையும் கொண்டு வர கம்யூனிஸ்ட் சித்தாந்தத்தையும் குரானையும் கலந்த 'Scientific Socialism' என்பதை நிறுவ சோமாலிய ராணுவ சர்வாதிகார அரசு முயன்றது. என்றாலும், அந்த அரசு தன்னுடைய தவறான புரிதலாலும், கொள்கைகளைச் செயல்படுத்திய விதங்களாலும், அரசில் அங்கம் வகித்தவர்களின் பேராசைகளாலும், அவர்கள் முன்னெடுத்த நிர்வாக, பொருளாதார மற்றும் வெளியுறவு முடிவுகளாலும் அரசாட்சியைத் தொடர முடியாமல் வீழ்ந்தது.

'இரு அணிகளையும் இணைக்கிறேன்' என்கிற அதிகாரத்தால் கட்டிப் போடப்பட்டிருந்த இனக் குழுக்கள், இந்த அரசு வீழ்ந்த பிறகு தங்களுக்குள்ளேயே தங்கள் பிரச்னைகளைத் தீர்த்து, தீர்வு காண்பதற்கு முயல ஆரம்பித்தார்கள். ஆனால், இந்த முறை இருவரிடமும் பல ரக ஆயுதங்கள் இருந்தன. வெடி குண்டுகளை ஏவும் மோட்டார்கள் இருந்தன. ஏகே 47 துப்பாக்கிகள் உட்பட பல்வேறு வகையான எந்திரத் துப்பாக்கிகளும் இருந்தன. பல வகை ராணுவத் தளவாடங்கள் இருந்தன! விளைவு, மனித வரலாற்றின் கறுப்புப் பக்கமாக இன்றும் விளங்குகிறது சோமாலியா.

"விலங்குகள் மேய்வதற்கு
சிறு மேய்ச்சல் வெளி இல்லை.
இங்கும் அங்குமாய் இருக்கிற
சிறு சிறு முட்புதர்களை
பிடுங்கித் தின்கின்றன விலங்குகள்.
பயனில்லா வெட்ட வெளி இது.
கால்நடைகள் வாயால் மெல்ல
புல்வெளி இல்லா நாடு இது.
பஞ்சத்தின் தேசம் இது!"

– சையது மாசமாத் காப்தில்லிக் சாசன்

சோமாலியாவின் வறட்சியும் பஞ்சமும் புதியதல்ல. கால்நடை மேய்ச்சல் நிலத்தை நம்பி தங்களின் வாழ்கையை அமைத்துக் கொண்ட சோமாலியர்களுக்கு பஞ்சத்தை எளிதாகக் கடந்து விட முடியும். ஆனாலும், சோமாலியா எனும் நவீன தேசியம் உருவாகிய பின்னர் அந்த நாடு எதிர்கொண்ட அனைத்து மழை குறைவான காலங்களிலும் அது பசி, பஞ்சம், வறுமையை எதிர்கொள்ள முடியாமல் இன்று வரை தத்தளித்துக் கொண்டிருக்கிறது. இதற்கு வெவ்வேறு காரணங்களை அறிஞர்களும் ஆராய்ச்சியாளர்களும் கூறினாலும், இதுதான் காரணமென யாராலும் உறுதியாகக் கூற முடியவில்லை.

1977 ஆம் ஆண்டு அகண்ட சோமாலியா கனவால் உந்தப்பட்டு, அந்த நாடு எத்தியோப்பியா மீது தொடுத்த போர்தான் சோமாலியாவின் வீழ்ச்சிக்கு முக்கியக் காரணமாகச் சொல்லப்படுகிறது. இந்தப் போரால் அடைந்த பொருளாதார இழப்புகள், போரால் எத்தியோப்பியாவில் வாழ்ந்து வந்த சோமாலி அகதிகளின் வருகை, சர்வாதிகாரி சாத் பர்ரெயின் சோஷியலிச சோமாலிய கனவை முறித்துப் போட்டது.

சோவியத் யூனியனின் உதவி நிறுத்தம், அமெரிக்க உதவி முழுமையாகக் கிடைக்காதது, சாத் பர்ரெயின் ஆட்சியில் கொண்டு வரப்பட்ட நிலச் சீர்திருத்த சட்டத்தால் நில உரிமைக்கான வழமை முறை சிதைக்கப்பட்டது போன்றவையால் மக்களிடையே குழப்பமும், இனக் குழுக்களிடையே தீராத வன்மமும் உருவானது. எத்தியோப்பியா உடனான போரில் ஏற்பட்ட தோல்வியை அடுத்து, சோமாலியா எதிர்கொண்ட மழைப் பொழிவு அற்ற பருவகாலம், பொருளாதாரத் திட்டங்களின் தோல்வி போன்றவை அந்நாட்டை வறுமையில் உலுக்கின. மேய்ச்சல் நிலங்கள் இல்லாமல் கால்நடைகள் செத்து மடிந்தன. பயிர்கள் கருகி உணவுத் தட்டுப்பாட்டைக் கொண்டு வந்தது. பறிபோன நில உரிமை, குறுகிப்போன மேய்ச்சல் நிலம், குன்றிப்போன வேளாண் நிலம், அதிகரிக்கும் மக்கள் தொகை, அகதிகளின் எண்ணிக்கை அதிகரிப்பு என யாவும் ஒன்றாய்ச் சேர்ந்து சோமாலியாவை உலுக்கிப்போட்டது. வளங்கள்

குறுகி, போட்டிகள் பெருகி, பகை மூழ, எதிர்ப்புகள் வலுக்க, அதை இரும்புக் கரம் கொண்டு ராணுவ அரசு அடக்க, திமிறி எழுந்தது சோமாலிய உள்நாட்டுப் போர். மெல்ல மெல்ல வலு இழந்த அரசு என்ற நிறுவனம் 1991ஆம் ஆண்டு மொத்தமாகச் சிதைந்து போனது.

'Somalia as a Nation has ended in a failed state'. ஒரு தேசம் என்பது வெறும் நிலப்பரப்பு அல்ல. அது அங்கு வாழும் மனிதர்களின் கனவு. அந்தக் கனவை மிக நேர்த்தியாக எடுத்துச் செல்ல முடியாமல் உடைந்து போனது சோமாலியா என்கிற தேசம்.

மதத்தாலும், சோஷியலிச சிந்தனைகளாலும் உந்தப்பட்ட சோமாலியாவின் 'தேசம்' என்கிற கனவு, தனக்கான வரலாற்றுப் புரிதல் இல்லாமல் முன்னெடுத்த எல்லா மாற்றங்களாலும் தோல்வியில் முடிந்தது.

மீண்டும் பழங்குடி இனக் குழுவாகப் பிரிந்துபோன சோமாலியா மக்கள், தங்களுக்கான நிலப்பரப்பை வன்முறையின் பூமியாக மாற்றினார்கள். இனக் குழு என்கிற உணர்வோடு இஸ்லாமிய தீவிரவாதம் கை குலுக்கியது. இக்குழுக்கள் குறுகிய வளங்களைத் தனதாக்கிக் கொள்ள போட்டி போட்டன. கிடைத்த வளங்களைக் காக்க கொலைகளைச் செய்தனர். அடுத்தவர் வளங்களைப் பறிக்க, அடுத்த இனக் கூட்டங்களை கொன்று குவித்தனர். அடுத்த இனக் குழுவின் அழிப்பில்தான் தங்களின் வாழ்வு அடங்கி இருக்கிறதென போட்டி போட்டுக் கொண்டு இன ஒழித்தலை மேற்கொண்டார்கள்.

மழையை நம்பியிருக்கும் மேய்ச்சல் நிலங்கள், மேய்ச்சல் நிலங்களை நம்பியிருக்கும் கால்நடைகள், கால்நடைகளை நம்பியிருக்கும் சோமாலிய மக்களுக்கு வறட்சியை எதிர்கொள்ளத் தெரியும். காரணம், வறட்சி என்பது அவர்களுக்கு ஒன்றும் புதிதல்ல. 1991ஆம் ஆண்டுக்கு முன்னர் எல்லா வறட்சிக் காலங்களையும் சரியாகவே எதிர்கொண்டார்கள் சோமாலியர்கள். ஆனால், தேசம் சிதறிப்போன சூழலில், உள்நாட்டுப் போரும் வறட்சியும் சேர்ந்து தாக்கிய போது, அது எதிர்கொள்ள முடியாத பேரழிவாகிப் போனது.

முறையான அரசு வீழ்ந்த பின் சோமாலிய தேசத்து வளங்கள் பலராலும் சூறையாடப்பட்டன. வறண்ட நிலங்களில் வளரும் மரங்களை வெட்டி, அவற்றை கரியாக்கி ஏற்றுமதி செய்தனர். இந்தக் கரி ஏற்றுமதிக்கு சாத் பர்ரெ அரசு விதித்திருந்த தடைகளைத் தூக்கி எறிந்தனர். வறண்ட நிலத்தில் எப்படி புதியதாக மரங்களை வளர்க்கலாம் என்கிற சிந்தனைக்கு மாற்றாக மரங்கள் எந்த முறையுமின்றி கரி ஏற்றுமதிக்காக வெட்டி வீழ்த்தப்பட்டன.

முறையான அரசும், பொதுவான சட்டம் ஒழுங்கும் இல்லாத நிலையில் கால்நடை ஏற்றுமதித் தொழிலும் எந்த முறையுமின்றி நடக்க ஆரம்பித்தது. மேய்ச்சல் நிலத்தின் மீது கனரக வாகனம் செல்வது போன்ற செயல்களால் மேய்ச்சல் நிலத்து புல்வெளிகள் மெல்ல அழிந்தன.

சோமாலியாவின் கடற்பகுதிக்குள் பன்னாட்டு மீன்பிடிக் கப்பல்கள் உட்புகுந்து சோமாலியாவின் மீன்களை வாரிச் சென்றன. அரசு இல்லாத நிலையில் மீனவர்களும் ஆயுதங்களை எடுத்தார்கள். தங்கள் எல்லைக்குள் வரும் கப்பல் ஒன்றை சிறை பிடித்தனர். கப்பலை மீட்க பன்னாட்டு நிறுவனம் பணம் தந்தது. இதுவே மெல்ல மெல்ல சோமாலியர்கள் கடற்கொள்ளையர்களாக உருவாகக் காரணமானது.

ஆக, மரங்களை அழித்தல், புல்வெளிகளை அழித்தல், கடல் வளம் பறிபோதல் என சோமாலியாவின் இயற்கை வளங்கள் சூறையாடப்பட்டன. சோமாலியர்களின் இருப்பை துப்பாக்கிகளும், சிறு இனக் குழுக்களுமே முடிவு செய்தன. மழைப் பொழிவு இன்னும் இன்னும் குறைந்தது. வறட்சியை எதிர்கொள்ள முடியாமல் மக்கள் திணறினர். இதன் விளைவால் பட்டினிச் சாவுகள் அதிகரித்தன. பட்டினிச் சாவுகளுக்கும் உள்நாட்டுப் போருக்கும் இடையில் சிக்கி, தீர்க்க முடியாத சுழற்சியில் அகப்பட்டுக் கொண்டார்கள் மக்கள்.

1991ஆம் ஆண்டிலிருந்து துவங்கிய இந்தச் சூழல் உலக வரலாற்றிலேயே இதுவரை காணாத மனித உயிர் அழிவைக்

கொண்டு வந்தது. அந்த அழிவு தொடர்வது யாராலும் தீர்க்க முடியாத சூழலாகவே இன்றும் திகழ்கிறது.

‘ஆப்ரிக்காவின் கொம்பு’ என்றும் ‘கவிஞர்களின் தேசம்’ என்றும் அழைக்கப்படும் சோமாலியாவில், இவர்களின் மொழி இந்தச் சாவுகளைத் தடுக்கவில்லை. இவர்களின் மதம் இந்தச் சாவுகளைத் தடுக்கவில்லை. இவர்களின் கலாச்சாரம் இந்தச் சாவுகளைத் தடுக்கவில்லை. இவர்களின் கவிதைகள் இந்தச் சாவுகளைத் தடுக்கவில்லை.

யாராலும் தடுக்க முடியாத கொடுங்கனவைத் தங்களின் வாழ்வாக்கிக் கொண்ட சோமாலிய மக்கள், தங்கள் தேசத்தை சபிக்கப்பட்ட பூமியாக்கிக் கொண்டார்கள். சோமாலியா எனும் தேசம் காணாமல் போன தேசமானது.

சோமாலிய தேசத்துக் குடிகளுக்கிடையில் ஏன் இவ்வளவு வன்முறை என்பதற்கு இதுவரை யாராலும் சரியான காரணம் கூற இயலவில்லை. ஒரே மொழி, ஒரே மதம், ஒரே கலாச்சாரம், ஒரே இனமாக இருந்தாலும்கூட எப்படியாவது சிரமப்பட்டு அவர்களுக்குள் இருக்கும் குழு வேற்றுமையைக் கண்டுபிடித்து, ஒருவருக்கொருவர் அடித்துகொண்டு, சோமாலியா நாட்டை துண்டு துண்டாக்கினார்கள். வளங்களும், அதன் அதிகாரங்களும், அதற்கான போட்டிகளும், அதை முறையின்றி நிர்வகிக்கத் தவறியதாலும் இந்த தேசம் சிதறியது.

சோமாலியாவை உடைத்து ‘சோமாலி லேண்ட்’ என்கிற புதிய நாடு பிறந்தது. அகண்ட சோமாலியா என்கிற கனவு, இறுதி வரையில் கனவாகியே போனது. 1960ஆம் ஆண்டு காலனி ஆதிக்கத்திலிருந்து சுதந்திரம் அடைந்தபோது இருந்த சோமாலியாவின் நிலப் பகுதிகளைக் காட்டிலும், இப்போது மிகக் குறைவான நிலப் பகுதிகளைக் கொண்ட சோமாலியாவாக மாறிப்போனது அத்தேசம்.

‘கொசாவா’

செர்பியர்களின் போர்க்களம்

யூகோஸ்லாவியா எனும் நாடு உலக வரைபடத்திலிருந்து காணாமல் போனது. ஆனால், உண்மையில் அந்த நாட்டைக் கொலை செய்தார்கள் என்கிறார்கள் ஆராய்ச்சியாளர்கள். செர்பிய பெரும்பான்மை மக்கள் தங்களுடைய அதீத தேசிய உணர்வால் யூகோஸ்லாவிய கூட்டமைப்பைக் கொலை செய்தார்கள் என்பதே உலகம் வழங்கிய தீர்ப்பு. இந்தக் கொலைக் களத்தில் மாபெரும் அழிவு நடந்தேறிய இடம் கொசோவா.

அல்பேனிய இஸ்லாமியர்கள் அதிகம் வசிக்கும் கொசோவா பகுதியில் செர்பிய படைகளின் அட்டூழியம் மனித வரலாற்றின் அதி முக்கிய கறுப்பு பக்கம். திட்டமிட்டு மாபெரும் இனப் படுகொலையை கொசாவா பகுதியில் நிகழத்தியது செர்பியா. கொசாவா எனும் நிலப்பரப்பு செர்பியர்களுக்கு வேண்டும். ஆனால், அந்நிலப்பரப்பில் வாழும் அல்பேனிய இஸ்லாமியர்கள் வேண்டாம் என்கிற மன வக்கிரத்தோடு கொசாவாவை துவம்சம் செய்தது செர்பியா. இந்த மாபெரும் மனித அழிப்புக்குக் காரணம் என்ன?

1912ஆம் ஆண்டு நடைபெற்ற முதலாவது பால்கன் போரில் துருக்கிய சாம்ராஜ்யமான ஒட்டமான்

சாம்ராஜ்யத்தினரை விரட்டி அடித்தனர் செர்பியர்கள். பால்கன் பகுதியிலிருந்து துருக்கியர்களை வெளியேற்றிய பிறகு நடைபெற்ற பேச்சுவார்த்தையில் பால்கன் நிலப் பரப்பை பல நாடுகள் தங்களுக்குள் பகிர்ந்து கொண்டனர். பால்கன் பகுதியில் வாழும் பல்வேறு இனக் குழுக்களும் தங்களுக்கென சுய ஆட்சியோடு கூடிய நிலப்பரப்பை அந்தப் பகுதியில் பிரித்துக் கொண்டனர். முக்கியமாக, அல்பேனிய இஸ்லாமியர்கள் அவர்களுக்கென தனிநாட்டை உருவாக்கினார்கள்.

ஒட்டமான் சாம்ராஜ்யத்தில் இருந்தபோதே அல்பேனியர்களில் பெரும்பாலானோர் இஸ்லாமிய மதத்தை தழுவியபடியால், அல்பேனியா என்கிற தேசம் ஐரோப்பாவின் இஸ்லாமிய நாடாகியது. கூடவே, செர்பியாவும் தனி தேசமானது. இதே போல் கிரேக்கம், போஸ்னியா, மாண்டினீக்ரோ மற்றும் பல்கேரியாவும் தங்களின் நிலப்பகுதியை அங்கே உறுதி செய்து கொண்டனர். இந்த நிலப் பகிர்வின் போது கொசாவா பகுதியை செர்பியர்கள் தங்களுடன் எடுத்துக் கொண்டனர். அல்லது கொசாவா பகுதி செர்பியர்களுக்கு அளிக்கப்பட்டது என்றும் கூறலாம்.

இங்கே கவனிக்கப்பட வேண்டிய விஷயம், செர்பியர்களால் எடுத்துக் கொள்ளப்பட்ட கொசாவா பகுதியில் அல்பேனிய இஸ்லாமியர்கள் அதிகமாக இருந்தாலும்கூட, அந்த நிலப்பகுதியை விட்டுக்கொடுக்க மனமில்லாத செர்பியர்கள், அதையும் தங்களுடையதாக்கினர்.

அதாவது, அல்பேனியர்களுக்கு என்று தனிநாடு, அது அல்பேனியா. ஆனால், அதன் அருகிலே இருக்கும் நிலப் பரப்பான கொசாவாவில் அல்பேனியர்கள் பெரும்பான்மையாக வாழ்ந்து வந்தாலும், கொசோவா செர்பியாவோடு இணைக்கப்பட்டது. இதுதான் சிக்கலின் ஆரம்பம். இந்த நிலப் பகிர்வு அமெரிக்கா, இங்கிலாந்து, பிரான்சு போன்ற பலம் கொண்ட நாடுகளால் எதிர்காலத்தை கணக்கில் கொண்டு பிரிக்கப்பட்டதுதான்.

இந்தச் சூழல் எப்படி இருந்தது என்பதை உதாரணத்தோடு சொல்லவேண்டும் என்றால், தமிழகத்தை அல்பேனியா என

வைத்துக்கொண்டால், இலங்கையை செர்பியா எனவும், இலங்கையில் தமிழர்கள் அதிகம் வாழும் பகுதியான ஈழத்தை கொசோவா போன்றும், சொல்லலாம். சூழலைப் புரிந்து கொள்வதற்காகத்தான் இதைச் சொல்கிறேனே தவிர, உண்மையில் கொசாவாவில் இருந்த நிலை வேறு.

கொசாவாவில் அல்பேனிய இஸ்லாமியர்கள் அதிகமாக வாழ்ந்து வந்தாலும், ஒட்டமான் சாம்ராஜ்ய படையெடுப்புக்கு முன்பாக அது செர்பியர்கள் வாழ்ந்த பூமியே. ஆம், கி.பி 12ஆம் நூற்றாண்டு வரை கொசாவாவில் வாழ்ந்த செர்பியர்களின் மத அடையாளங்கள், மொழி, இன அடையாளச் சான்றுகள் பல கொசோவாவில் இருக்கிறது.

எனவே, செர்பியர்களைப் பொருத்த மட்டில் கொசோவா பகுதி என்பது தங்களுடைய பண்டைய பாரம்பரியத்தின் நினைவிடம். தங்களுடைய அடையாளத்தின் முக்கிய நிலப்பரப்பு.

இரண்டாம் உலகப் போருக்குப் பின்னர் உருவான யூகோஸ்லாவியா, கொசோவாவிற்கு சிறப்பு அந்தஸ்து கொடுத்து, அதைத் தன்னோடு இணைத்துக் கொண்டது. கிட்டத்தட்ட இந்தியாவின் காஷ்மீர் போல என வைத்துக் கொள்ளலாம். அதாவது, இந்தியா சுதந்திரம் அடைந்தபோது, சர்ச்சைக்குரிய பகுதியான காஷ்மீருக்கு சிறப்பு அந்தஸ்து கொடுத்து, அதைத் தன்னோடு சேர்த்துக்கொண்டதே இந்தியா, அது போன்றதுதான் கொசாவோ யூகோஸ்லாவியாவுடன் இணைக்கப்பட்டதும்.

சிறப்பு அந்தஸ்து கொடுத்து கொசாவாவை தன்னோடு யூகோஸ்லாவியா சேர்த்துக் கொண்டாலும், கொசாவா என்பது தங்களின் பூர்வீகப் பகுதி என்றே கருதினர் செர்பியர்கள். காரணம், தங்களின் முன்னோர்கள் வாழ்ந்த இடம் கொசோவா என்கிற நம்பிக்கையால், அதன் மீது தனிக் காதல் எப்போதும் உண்டு செர்பியர்களுக்கு. ஜெருசலேம், மெக்கா, கைலாஷ், திருப்பதி என்பது போன்று செர்பியர்களுக்கு கொசோவா எனச் சொல்லலாம்.

யூகோஸ்லாவியாவைப் பொருத்தவரை செர்பியர்களே பெரும்பான்மையானவர்கள். அல்பேனிய இஸ்லாமியர்கள் சிறுபான்மையானவர்கள். ஆனால், அல்பேனியாவின் கொசோவா பகுதியில் செர்பியர்கள் சிறுபான்மையினர்கள். அதனால், அந்தப் பகுதியில் பெரும்பான்மையாக வாழ்ந்த அல்பேனியர்கள், அங்கு வாழும் சிறுபான்மையினரான செர்பியர்களை தங்கள் பங்குக்கு சிறுமைப்படுத்தி, மெல்ல மெல்ல அவர்களை தங்களின் நிலப்பரப்பிலிருந்து துரத்துவதில் குறியாக இருந்தனர். அங்கே அல்பேனிய அடையாளத்தோடு அல்பேனிய தேசிய உணர்வு ஓங்கிப் பரவ ஆரம்பித்தது.

'யூகோஸ்லாவியாவில் செர்பியர்களின் தேசிய உணர்வு அதிகரித்து வந்த சூழலில், அல்பேனியா போன்ற சிறுபான்மையினரின் தேசியவாத வளர்ச்சி என்பதும் தவிர்க்க முடியாததுதான்' என்கிறார்கள் அறிஞர்கள்.

செர்பியர்களைப் பொருத்தமட்டில், பல மொழி இனக் குழுக்கள் ஒன்றாக வாழும் ஒன்றுபட்ட யூகோஸ்லாவியா என்கிற தேசம் செர்பிய அடையாளத்தை மறைக்க வைக்கும் ஒரு கூட்டமைப்பு என்றே கூறி வந்தனர். ஆகவே, ஒன்றுபட்ட யூகோஸ்லாவியா தேசம், தங்களுக்கான தேசிய அடையாளத்தை அழித்து விடும் என்கிற சந்தேகத்தால், யூகோஸ்லாவியா தேசத்திற்குள் வாழ்ந்த செர்பிய இன மக்களிடத்தில் செர்பிய தேசிய உணர்வு மேலோங்கிக்கொண்டே இருந்தது.

'For Every Nationalism There Will Be a Counter Nationalism'.

தேசிய உணர்வு என்பது மிக எளிதில் மக்களை ஒன்றுபடுத்தக் கூடியது. எனவேதான், முன்பின் தெரியாத நபர்களையும் தேசிய உணர்வு என்கிற போதை ஒரே நேர்கோட்டில் இணைத்து போராட வைக்கும். அந்த இணைப்பு சிலரையோ, பலரையோ தனிமைப்படுத்தக்கூடும். அதேதான் கொசோவாவிலும் நடந்தது.

யூகோஸ்லாவியாவில் பெரும்பான்மையாக வாழ்ந்த செர்பியர்களுக்கு எதிராக அல்பேனிய மக்களை

ஒன்றுபடுத்தியது அல்பேனிய தேசிய உணர்வு. அவர்களை செர்பியர்களுக்கு எதிராகப் போராடவும் தூண்டியது அல்பேனிய தேசியவாதம். எந்த வகையிலும் செர்பிய அதிகாரம் வளர்ந்து விடக்கூடாது என்பதில் கவனமாக இருந்தனர் அல்பேனியர்கள்.

செர்பியர்களுக்கு கொசாவா என்பது பறிபோன நிலம் என்றால், கொசோவாவில் வாழ்ந்த அல்பேனிர்களுக்கோ அந்தப் பகுதி என்பது தாங்கள் முழு அரசியல் அதிகாரத்தோடு வாழக்கூடிய பாதுகாப்பான ஓர் இடம். ஆகவே, அல்பேனிய தேசத்துக்கு கொசோவா என்பது அகண்ட அல்பேனியக் கனவை நனவாக்கும் நிலம்.

இப்படியாக செர்பியர்களுக்கும், அல்பேனியர்களுக்குமான மனக் கசப்பு மெல்ல மெல்ல வளர்ந்து கொண்டிருந்த நிலையில், அல்பேனிய இஸ்லாமியர்களுக்கு தனிச் சிறப்பு அந்தஸ்து வழங்கப்பட்டதால், யூகோஸ்லாவிய கூட்டமைப்பில் தாங்கள் இருப்பது செர்பியர்களுக்கு மேலும் எரிச்சலை ஏற்படுத்தியது.

ஒரு பக்கத்தில் செர்பிய தேசிய உணர்வாளர்கள், இன்னொரு பக்கத்தில் அல்பேனிய தேசியவாதிகள். இவர்களுக்கு மத்தியில் யூகோஸ்லாவிய ஆட்சி அதிகாரத்தைக் கையில் வைத்திருந்த மெலோசிவிச்.

அல்பேனியாவை எதிர்த்தால் செர்பியர்களிடம் தனக்கு செல்வாக்கு கூடும் என்பது மெலோசிவிச்சிற்கு நன்றாகத் தெரியும்! எனவே, தனது அரசியல் ஆதாயத்திற்காக அவரும் அதைத்தான் செய்தார். விளைவு, கொசோவாவின் சிறப்பு அந்தஸ்தை பாராளுமன்றத்தைக் கூட்டி ரத்து செய்தார் மெலோசிவிச். சிறப்பு அந்தஸ்து ரத்து செய்யப்பட்டு விட்டதால், ‘கொசோவா செர்பியாவின் அங்கம், அது செர்பியர்களுக்குச் சொந்தமான பூமி’ எனும் அதிகாரத்தை வைத்து அல்பேனியாவை கபளீகரம் செய்தனர் செர்பியர்கள்.

தங்களுக்கென சுய அதிகாரம் கொண்டு வாழ்ந்து வந்த கொசாவா வாழ் பெரும்பான்மை அல்பேனிய இஸ்லாமியர்களின்

நிலை சிறப்பு அந்தஸ்து ரத்து செய்யப்பட்டதால் அப்படியே தலைகீழாக மாறிப்போனது. அதன் காரணமாக தங்களின் மொழி, கல்வி, அரசியல், பொருளாதார அதிகாரம் அனைத்தையும் இழந்தனர் கொசோவாவில் பெரும்பான்மையாக வாழ்ந்து வந்த அல்பேனிய இஸ்லாமியர்கள்.

இந்த நிலையில் செர்பியர்களின் அராஜகங்கள் மேலோங்க, அதைத் தாங்க முடியாமல் ஒவ்வொரு கட்டமாக எப்படி யூகோஸ்லாவியாவை விட்டு வெளியேறுவது என்பது குறித்த சிந்தனையும், செயல்களும் இவர்களிடையே முன்னெடுக்கப்பட்டன. எனவே, சிறப்பு அந்தஸ்தை இழந்த கொசோவாவின் பெரும்பான்மை அல்பேனியர்கள் ஒன்று திரண்டு போராட ஆரம்பித்தனர்.

கொசாவாவில் நடைபெற்ற போராட்டங்களுக்கு அல்பேனிய தேசமும் தன் பங்குக்கு முழு ஆதரவு கொடுத்தது. காரணம், அவர்கள் தங்கள் இன மக்கள். தங்களின் தாய் மொழியைப் பேசும் மக்கள் என்கிற உணர்வு.

கொசாவாவில் நடைபெற்ற போராட்டங்களுக்கு அல்பேனியா முழு ஆதரவு கொடுத்ததால், அல்பேனியர்களின் உதவியோடு, ‘கொசோவா விடுதலை இயக்கம்’ என்கிற ஆயுதப்படையை தங்கள் பகுதியில் உருவாக்கினார்கள் கொசாவாவில் வாழ்ந்த அல்பேனியர்கள். இந்த ஆயுதப்படையின் மூலமாக, யூகோஸ்லாவியாவில் செயல்பட்டு வரும் செர்பிய மத்திய அதிகாரத்தை எதிர்த்து, தங்களை தனிநாடாக்க ஆயுதம் ஏந்தி போராட ஆரம்பித்தனர் இவர்கள்.

ஆயுதப் போராட்டம் என்றாலே, அது இரத்தமும், மரணமும், பெரும் பொருளாதார இழப்புகளும் நிறைந்த வன்முறைக் களமாகவே இருக்கும். போராட்டங்களின் போது வெடிக்கும் துப்பாக்கிகளின் சத்தத்தில் அங்கே உயிருக்குப் பயந்து அழுவோரின் குரலும், ஒப்பாரிச் சத்தங்களும் காணாமல் போகும்.

இதைக் குறித்து யோசிக்கும் பொழுது ஈழத்துப் போராட்டம் நினைவுக்கு வருகிறது. ஆயுதப் போராட்டம் யாருக்கும் பிடிப்பதில்லை. என்றாலும், 'நாம் எந்த ஆயுதத்தை எடுக்க வேண்டும் என்பதை நமது எதிரியே தீர்மானிக்கிறான்'என்கிற நிலையில்தான் ஈழத்தில் ஆயுதப் போராட்டம் ஆரம்பிக்கப்பட்டது. கொசோவாவிலும் அப்படியே.

செர்பியர்களுக்கு எதிராகத் தங்களைத் தற்காத்துக் கொள்ளவே அல்பேனியர்கள் ஆயுதப் போராட்டத்தில் ஈடுபட்டனர். ஈழத்திற்கு எப்படி தமிழ்நாடும், இந்தியாவும் உதவி செய்ததோ, அதேபோல் அல்பேனியாவும் கொசாவா வாழ் அல்பேனியர்களின் இந்தப் போராட்டத்திற்கு உதவி செய்தது. ஆனால், செர்பியர்கள் ஆள் மற்றும் ஆயுத பலத்தால் அல்பேனியர்களின் ஆயுதப் புரட்சியை ஒடுக்கினார்கள். இதனால், கொசோவாவில் வாழ்ந்த அல்பேனியர்கள் தங்கள் நிலங்களை மெல்ல மெல்ல செர்பிய படைகளிடம் இழந்தனர்.

யூகோஸ்லாவியா என்கிற தேசத்தில் செர்பிய தேசிய உணர்வு உந்தப்பட்டதால், அப்போது ராணுவ அதிகாரங்களைக் கையில் வைத்துக் கொண்டிருந்த செர்பிய இனத் தலைவர் மெலோசிவிச் எடுத்த பிரம்மாஸ்திரம்தான் 'கொசோவா வாழ் அல்பேனிய இஸ்லாமியர்கள் இன ஒழிப்பு' என்கிற பேராயுதம்.

கொசாவாவில் போராட்டப் படைகளிடமிருந்து மீட்கப்பட்ட ஒவ்வொரு அல்பேனிய கிராமத்தையும், அங்கு வாழ்ந்த மனிதர்களையும் கூட்டம் கூட்டமாகக் கொன்றனர் செர்பியப் படையினர். 'இவர்கள் அல்பேனிய இஸ்லாமியர்கள் மீது காட்டிய வன்முறை இரண்டாம் உலகப் போருக்குப் பின்னர் நடந்த மிகக் கொடுமையான வன்முறை' என்கிறார்கள் வரலாற்று ஆய்வாளர்கள்.

கொசாவாவில் வாழ்ந்த அல்பேனியர்களைக் கூட்டம் கூட்டமாகக் கொன்று குழிதோண்டிப் புதைத்தனர் செர்பிய அதிகாரத்தைக் கொண்ட ராணுவத்தினர். இனவெறி காரணமாக மக்களைக் கூட்டம் கூட்டமாகக் கொன்று,

குழி தோண்டி புதைக்கும் காட்சிகளில் தமிழர்களாகிய நம் அனைவருக்கும் இயல்பாக நினைவுக்கு வருவது ஈழத்து இனப் படு கொலைகளே. ஒருவேளை ஆயுதம் ஏந்தி போராடத் துணிந்து, அந்தப் போராட்டத்தில் தோற்கும் நிலை ஏற்பட்டால், இப்படியான இனப் படுகொலைகள் அரங்கேறித்தான் தீருமோ?

ஆனால், அல்பேனியர்கள் ஒரு விதத்தில் கொடுத்து வைத்தவர்கள். ஈழத்து தமிழர்களின் நிலை போல் அல்ல இவர்களின் நிலை. காரணம், உலக நாடுகள் அனைத்தும் கொசோவாவின் பக்கம் ஆதரவாக இருந்தது. அவர்கள் இஸ்லாமிய அல்பேனியர்களாக இருப்பினும்கூட, அமெரிக்காவும் மற்ற ஐரோப்பிய கிறிஸ்துவ நாடுகளும் இந்த வன்முறைகளுக்கு எதிராகத் தங்கள் குரலை ஓங்கி ஒலிக்கச் செய்தனர். இவர்களின் ராணுவ பலம் கொண்டு செர்பிய படைகளை கொசோவாவை விட்டு துரத்தி அடித்தனர். கொசோவா அல்பேனியர்களுக்கு இவர்கள் செய்த இது போன்ற உதவியை ஏன் உலகின் எந்த நாடும் ஈழத்தில் செய்யவில்லை என்பதுதான் இன்னும் புரியாத புதிராக இருக்கிறது.

இது ஐரோப்பிய நிலப்பரப்பில் நடந்த காரணத்தாலா? அல்லது, அல்பேனிய நாட்டினர் தங்களின் இனத்தவர்களான கொசோவா அல்பேனியர்களுக்கு உதவி செய்ததாலா? அல்லது அல்பேனியர்கள் அமெரிக்கர்களுடனும் மற்ற ஐரோப்பியர்களிடமும் நெருக்கமான உறவைப் பேணி வந்ததாலா? அல்பேனியர்களுக்கு யார் எதிரி, யார் நண்பன் எனும் புரிதலாலா? தெரியவில்லை.

இங்குதான் அல்பேனியர்களுக்கும் அமெரிக்கர்களுக்கும் இடையிலான உறவைக் குறித்து தெரிய வேண்டியிருக்கிறது.

ஐரோப்பியக் கண்டத்தின் ஒரே இஸ்லாமிய நாடான அல்பேனியா, அமெரிக்காவோடு நேச உறவைக் கொண்டிருப்பது என்பது ஆச்சர்யமான உண்மை!

1920ஆம் ஆண்டில் பால்கன் பகுதியிலிருந்து ஓட்டமான் சாம்ராஜ்யத்தை விரட்டியடித்த பின்னர், அல்பேனியர்களின்

சில நிலப்பரப்புகளை செர்பியர்களுக்கும் பல்கேரியர்களுக்கும் பகிர்ந்து கொடுக்கவேண்டும் என்கிற கோரிக்கை வந்தபோது, அமெரிக்க ஜனாதிபதி Woodrow Wilson அல்பேனிய நிலப்பகுதியைப் பிரிப்பதற்கு எதிர்ப்பு தெரிவித்தார். அவர், "அல்பேனியர்கள் ஐரோப்பாவின் மூத்த இனக்குழு. எனவே, அவர்களுக்கென தனிநாடு வேண்டும்" என்று வாதாடி அல்பேனியா எனும் நாடு உருவாகக் காரணமாக இருந்தார் என்பதால், அல்பேனியர்களுக்கு அமெரிக்கா மீது எப்போதும் செம்மையான காதல் இருந்துகொண்டே இருந்தது. மேலும், தங்களுக்கென ஒரு நாட்டை உருவாக்கித் தந்தது அமெரிக்கா என்பதால், அமெரிக்கா மீது காதலைத் தாண்டிய பாசமும், அன்பும், நேசமும் எப்போதும் உண்டு அல்பேனியர்களிடம்.

தன்னுடைய நேச நாடு என்பதால், அமெரிக்காவும் அல்பேனியாவுக்கு தொடர்ந்து பல கட்டங்களில் உதவிகளைச் செய்து வந்தது. அமெரிக்கா ஏன் அல்பேனியா மீது தனிக் கவனம் செய்து உதவுகிறது என்பதற்குப் பல காரணங்கள் உண்டென்றாலும், முக்கியமாக, 'அல்பேனியாவில் இருக்கும் எண்ணெய் வளத்திற்காக' என்கிறார்கள் அரசியல் நோக்கர்கள்.

மேலும், 'பால்கன் பகுதியில் தன்னுடைய ராணுவத்திற்கு ஏற்ற இடம் அல்பேனியா என்றும் நம்புகிறது அமெரிக்கா. அதனால்தான் அல்பேனியாவுக்கு அமெரிக்கா தொடர்ந்து உதவுகிறது' என்றும் கூறுகிறார்கள். தவிர, அல்பேனியா ஐரோப்பாவின் ஏழ்மையான நாடு என்பதால், அமெரிக்கா அல்பேனியாவை பல விதங்களில் பயன்படுத்திக் கொண்டது.

'ஐரோப்பாவின் குப்பைத் தொட்டி' என்கிற பெயரும் அல்பேனியாவுக்கு உண்டு. ஏனென்றால், வளர்ந்த நாடுகள் தங்கள் நாடுகளில் உள்ள நச்சுக் குப்பைகள் உட்பட பலவித குப்பைகளை அல்பேனியாவுக்கு அனுப்புவது சமீப காலம் வரை தொடரும் செயலாகும்.

ஆக, அமெரிக்காவின் ஆதரவு அல்பேனியாவுக்குத் தொடர்ந்து கிடைத்தபடியால், அந்த உதவிக்கு கைமாறாக அல்பேனியர்களும்

அமெரிக்காவிற்கு எல்லா வகையிலும் ஆதரவு கொடுத்தனர். 1920ஆம் ஆண்டு ஆரம்பித்த இந்தக் காதல் இப்போது வரையிலும் தொடர்ந்து வளர்ந்து கொண்டேதான் இருக்கிறது.

அமெரிக்க ஜனாதிபதிகளுக்கு அல்பேனியாவில் சிலை வைப்பது, அமெரிக்காவின் அனைத்து முன்னெடுப்புகளுக்கும் ஆதரவு வழங்குவது என அமெரிக்காவுடன் தொடர்ந்து நெருக்கமான உறவை உருவாக்கிக்கொண்டதால், அல்பேனியாவை, அமெரிக்கா தனது படைத்தளமாகப் பயன்படுத்திக்கொண்டே இருந்தது. பல முன்னேறிய நாடுகள் அல்பேனியாவை தங்களது குப்பைத் தொட்டியாகவும் பயன்படுத்தின.

மேலும், தங்கள் மீதான செர்பியர்களின் அடக்கு முறைக்கு அமெரிக்க உறவு உதவும் என்பதால், அமெரிக்காவுடனான நல்லுறவைத் தொடர்ந்து வளர்த்து வந்தனர் அல்பேனியர்கள்.

செர்பிய படைகள் கொசோவாவில் நடத்திய இன ஒழிப்புக்கு எதிராக நேட்டோ படைகளைக் கொண்டு செர்பியர்களை ஒடுக்கி, கொசோவாவில் வாழும் அல்பேனியர்களை மீட்டெடுத்தது அமெரிக்கா. மேலும், கொசோவாவில் நடந்தேறிய இனப் படுகொலைகளைக் குறித்து விசாரணை நடத்த உதவி செய்து, செர்பிய தலைவர்களை போர்க் குற்றவாளிகளென நிரூபித்து, அதற்கு ஏற்ற தண்டனையும் வாங்கிக் கொடுத்தது அமெரிக்கா.

இந்த நேரத்தில் ஈழத்து நிலத்தில் நடந்த இனப் படுகொலைகளையும், அதற்குக் காரணமானவர்களே இன்றும் இலங்கையில் ஆட்சி அதிகாரத்தில் இருப்பதும் நினைவுக்கு வருகிறது.

அமெரிக்கா ஈழத்து விவகாரத்தில் உதவ விரும்பியதாகவும், விடுதலைப் புலிகள் அதற்கு சம்மதிக்கவில்லை எனவும் சொல்வார்கள். ஒருவேளை அமெரிக்காவுக்கு சாதகமான செயலுக்கு தமிழ் ஈழம் சம்மதித்திருந்தால், கொசோவாவைப் போல் தமிழ் ஈழம் பிறந்திருக்கவும் வாய்ப்பு இருந்திருக்கும். ஆனால், ஈழத் தமிழர்கள் இந்தியாவை மட்டுமே முழுவதுமாக நம்பிய நிலையில், இந்தியாவுக்கு எதிராகத் திசை திருப்ப

செய்யப்பட்ட எல்லா வலைகளிலும் வீழ்ந்தார்கள் ஈழத்துக்காக ஆயுதம் ஏந்திய விடுதலைப் புலிகள்.

அமெரிக்காவுக்கும் அல்பேனியாவுக்கும் இடையில் இருந்த உறவு போல, ஈழம் இந்தியா உறவு இருந்திருக்குமெனில், நிச்சயமாக ஈழத்துப் போராட்டம் வேறு வழியில் கொண்டு செல்லப்பட்டிருக்கும் என்பதே உண்மை.

கொசோவாவுக்கு அல்பேனியா போல், அல்பேனியாவுக்கு அமெரிக்கா போல், ஈழத்து இனப் படுகொலையின் போது தமிழ்நாடு எதுவும் செய்யவில்லை, செய்ய முடியவில்லை. இன்றுவரை அதைக் கடக்க முடியாமல் தவித்துக்கொண்டுதான் இருக்கிறது தமிழகம். ஆனால், கொசோவா இன்று தனி நாடாகிவிட்டது.

உலக வரைபடத்திலிருந்து யூகோஸ்லாவியா காணாமல் போன நேரத்தில், புதிய தேசமாக உயிர்ப் பெற்று, பூமிப் பரப்பில் தன்னுடைய பெயரையும் வரைபடமாக்கிக்கொண்டது கொசாவா!

‘செக்கஸ்லோவாக்கியா’

வெல்வெட் விவாகரத்து

தேசங்கள் காணாமல் போவதும், புதிய தேசங்கள் உருவாவதும் காலம் தோறும் நடந்துகொண்டே இருக்கும் நிகழ்வுகள்தான் என்றாலும், பெரும்பாலான தமிழ்ச் சினிமாக்களில் ‘க்ளைமாக்ஸ்’ காட்சி எப்படி வன்முறையோடும், சண்டையோடும் முடியுமோ, அதுபோல்தான் காணாமல் போன தேசங்களின் இறுதி யாத்திரைகளும் அதிகப்படியான மனித உயிரிழப்புகளோடு, பெரும் வன்முறைகள் அரங்கேறிய பின்னரே முடிவுக்கு வந்திருக்கிறது.

ஆனால், செக்கஸ்லோவாக்கியா நாடு மட்டும் இதற்கு விதிவிலக்காக தன்னை அடையாளப்படுத்திக்கொண்டது. எவ்வித வன்முறையோ, போராட்டங்களோ இல்லாமல் செக்கஸ்லோவாக்கியா எனும் தேசம் 1991ஆம் ஆண்டு செக் குடியரசாகவும், ஸ்லோவாக்கிய குடியரசாகவும் அமைதியாகப் பிரிந்து சென்றுவிட்டது. இப்படி அமைதியான வழியில் செக்கஸ்லோவாக்கியா காணாமல் சென்று, இரண்டு புதிய தேசங்களாக உருமாறிய அந்த நிகழ்வைத்தான் ‘வெல்வெட் டிவோர்ஸ்’ என்கிறார்கள். அதாவது ‘வெல்வெட்’ போன்ற மென்மையான முறையில் நடந்த விவாகரத்துபோல.

முதலாம் உலகப் போரின் போது, 'The Central Power' அதாவது 'மைய நாடுகள்' என்று அழைக்கப்பட்ட கூட்டணியில் ஓர் உறுப்பினராக இருந்தது ஆஸ்திரிய ஹங்கேரி பேரரசு. ஆஸ்திரியா துவங்கி ஹங்கேரியின் முழுப்பகுதி மற்றும் இன்றைய செர்பியா, போலந்து ஆகிய நாடுகளின் நிலப்பகுதிகள் அனைத்தும் இந்த ஆஸ்திரிய ஹங்கேரி பேரரசின் கட்டுப்பாட்டில்தான் அப்போது இருந்தது.

முதலாம் உலகப் போரில் ஏற்பட்ட தோல்விக்குப் பிறகு தன்னுடைய வலுவை ஆஸ்திரிய ஹங்கேரி பேரரசு இழந்த காரணத்தால், அங்கு வாழ்ந்த மக்கள் தங்கள் இனக் குழுக்களுக்கு ஏற்ப தங்களிடமிருந்த நிலப்பரப்பை பகிர்ந்து கொண்டு, பல்வேறு சிறு நாடுகளை உருவாக்கினார்கள். அப்படி பல நாடுகள் உருவாக்கப்பட்டதால் ஒரே பேரரசாக இருந்த ஹங்கேரியும், ஆஸ்திரியாவும் தனித் தனி நாடுகளாக மாறின. மேலும், ஹங்கேரி பேரரசின் கீழ் இருந்த இன்னும் பல நிலப் பகுதிகள் போலந்து மற்றும் செர்பியா போன்ற நாடுகளுக்கு அளிக்கப்பட்டது.

இப்படி நிலத்தைப் பிரித்துக் கொடுத்த பின்னர் முதலாம் உலகப் போரில் வெற்றி வாகை சூடிய பிரான்சு, அமெரிக்கா மற்றும் இங்கிலாந்து ஆகிய நாடுகள் ஆஸ்திரிய ஹங்கேரிய பேரரசின் எஞ்சிய நிலப் பகுதிகளில் வாழ்ந்து வந்த செக் மொழி மற்றும் ஸ்லாவிக் மொழி பேசுகிறவர்கள் வாழும் பகுதியை ஒன்றாக இணைத்து 'செக்கஸ்லோவாக்கியா' என்கிற புதிய நாட்டை உருவாக்கி அந்த மக்களிடம் ஒப்படைத்தனர்.

ஒரு பெரிய சாம்ராஜ்யத்தைத் துண்டாக்குவதன் மூலம் ஆஸ்திரிய மற்றும் ஹங்கேரி நாடுகளின் ஆதிக்கத்தைக் குறைப்பதே இதன் அடிப்படை நோக்கம் என்றாலும், செக் மற்றும் ஸ்லாவிக் மக்கள் தங்களுக்கென கிடைத்த தனிநாட்டை மெல்ல கட்டமைக்க ஆரம்பித்தார்கள். கிட்டத்தட்ட இது ஓர் 'Arranged Marriage' போல். ஆனால், 'Arranged Marriage'க்கு என்று சில இலக்கணங்கள் இருக்கிறதல்லவா?

எடுத்துக்காட்டாக, மாப்பிள்ளைக்கு ஏற்றது போல் படித்த பெண், மாப்பிள்ளை வீட்டுக்கு ஒத்துப் போகக்கூடிய அளவிலான பொருளாதார நிலை கொண்ட பெண் வீடு, ஒரே சாதி, ஒரே மதம் என இந்தப் பட்டியல் நீளும்.

ஆனால், செக்கஸ்லோவாக்கியா என்கிற புதிய இணைப்பில் இப்படியான எந்த வித 'Arranged Marriage' விதிமுறைகளும் கடைபிடிக்கப்படவில்லை.

குறிப்பாக, செக் மொழியும், ஸ்லோவிக் மொழியும் ஸ்லாவிக் எனும் மொழியிலிருந்து வந்தவை என்கிற ஓர் உறவைத் தவிர வேறு எந்த ஒற்றுமையும் இவர்களுக்குள் கிடையாது. இருவரும் வெவ்வேறு விதமான வரலாற்று அனுபவங்களைக் கொண்டவர்கள். கிட்டத்தட்ட 'புதுப்புது அர்த்தங்கள்' படத்தில் வரும் ரகுமான், கீதா ஜோடி என்று வைத்துக் கொள்ளுங்கள்.

செக் மக்கள் ஆஸ்திரிய மற்றும் ஜெர்மானியர்களின் ஆளுமைக்குள் இருந்தவர்கள். ஸ்லாவிய மக்களோ ஹங்கேரியின் ஆளுமைக்குள் இருந்தவர்கள். ஆகவே, பல நூற்றாண்டுகளாக வெவ்வேறு ஆளுமையின் கீழ் வாழ்ந்த இவர்களின் கலாச்சாரம், வாழ்க்கை முறை போன்றவை, அவர்களை ஆண்டவர்கள் அவர்களை நடத்திய விதங்களாலும், ஆண்டவர்களின் ஆளுமையாலும் பாதிக்கப்பட்டிருந்திருக்கிறது.

மேலும், செக் மக்களிடம் இருக்கும் திட்டமிடுதலும், அதைச் செயல்படுத்தும் திறனும் ஸ்லாவிக் மக்களிடம் இருந்ததில்லை. ஸ்லாவிக்கியர்களின் குடும்ப உறவு, உணர்ச்சிகரமான போக்கு போன்றவை நம்மூர் 'மிடில் க்ளாஸ் சென்ட்டிமென்ட்' உணர்வுகளைப் போன்றது. ஆக, ஸ்லாவிக்கியர்களின் இந்த உணர்வுகளுக்கும், அறிவுக் கூர்மை மிக்க செக் மக்களுக்கும் யாதொரு சம்பந்தமும் இல்லாமல் இருந்தது.

செக் மக்கள் ஆளுமையும் தீர்க்கமுமாக இருந்த காரணத்தால், செக்கஸ்லோவாக்கியா என்கிற தனிநாடு உருவானதிலிருந்தே அங்கே செக் அரசியல் தலைவர்களின் ஆதிக்கமே மேலோங்கி

இருந்தது. இது ஸ்லாவியர்களுக்குப் பிடிக்கவில்லை, எனவே, மெல்ல மெல்ல செக் அரசியல் தலைவர்களின் ஆதிக்கத்தை எதிர்த்து முணுமுணுக்க ஆரம்பித்தனர் ஸ்லாவியர்கள். இந் நிலையில் செக் அரசியல் தலைவர்களோ புதியதாக உருவான செக்கோஸ்லோவாக்கியாவின் கலாச்சாரத்தை முழுமையாக தங்களின் செக் கலாச்சாரமாக்கிக் கொண்டிருந்தனர்.

செக் மக்களைப் பொருத்தவரை செக்கோஸ்லோவாக்கியா என்றால் செக். செக் என்றால் செக்கோஸ்லோவாக்கியா என்கிற உணர்வுடனேயே செயல்பட்டார்கள். எனவே, செக் மக்களின் இந்த தேசிய உணர்வு ஸ்லோவாக்கிய மக்களுக்கு அடக்கு முறையாகத் தெரிந்தது. மேலும், செக் மக்களிடையே இறை நம்பிக்கை குறைவு. மாறாக ஸ்லோவாக்கியாவிலோ கத்தோலிக்க மதம் சமூகத்தில் முக்கியப் பங்கு வகித்து வந்தது. இந்த நிலையில் செக்கெஸ்லோவாக்கியா கம்யூனிஸத்தை ஏற்றுக் கொண்டதால், ஸ்லோவாக்கிய மக்களின் மனக் குமுறல் மேலும் அதிகமாகியது. ஆனால், கம்யூனிச அரசோ தேசிய உணர்வை அடக்கி ஆண்டது.

1989ஆம் ஆண்டு சோவியத் ரஷ்யா வீழ்ச்சியுற்று, தனித்தனி நாடுகளாகப் பிரிந்து, சர்வாதிகார கம்யூனிஸ முறையைத் தூக்கி எறிந்த அடுத்த சில நாட்களிலேயே செக்கஸ்லோவாக்கியாவில் வாழ்ந்த ஸ்லோவாக்கியர்கள் தங்களின் தேசியவாத கருத்தைத் தூக்கிப் பிடித்து, தங்களுக்கென தனிநாடு குறித்துப் பேச ஆரம்பித்தனர்.

செக் மக்கள் வாழும் பகுதி பொருளாதார நிலையில் ஸ்லோவாக்கியர்களின் நிலையை விட குறைவாகவே இருக்கிறது என செக் அரசியல்வாதிகளும், செக் மக்களும் ஆளும் அரசிடம் குற்றம் சாட்டினர். மேலும், ஸ்லோவாக்கியர்கள் வாழும் பகுதியின் பொருளாதார வளர்ச்சி குறைவாக இருப்பதாலேயே ஒட்டு மொத்த நாட்டின் வளர்ச்சியும் பொருளாதார நிலையும் பாதகமாக இருப்பதாகவும் செக் மக்கள் நம்பினர்.

ஆனால், செக் அரசியல்வாதிகள் ஸ்லோவாக்கியர்களை அடிமைப்படுத்துவதாகவும், செக் கலை மற்றும் கலாச்சாரத்தை

தங்களிடம் வலிய புகுத்துவதாகவும் கருதினர். இதைத் தீர்க்க பலவித தொடர் நடவடிக்கைகள் எடுக்கப்பட்டாலும், ஸ்லோவாக்கியர்களை திருப்திப்படுத்த முடியவில்லை.

குறிப்பாக, கம்யூனிஸம் வீழ்ந்த பிறகு வெளிநாடுகளிலிருந்து செக்கஸ்லோவாக்கியாவுக்கு வந்த புதிய தொழில் முதலீடுகள் பெரும்பாலும் செக் மக்கள் வாழும் பகுதிகளுக்கே சென்றது. இது ஸ்லோவாக்கிய மக்களை மேலும் கடுப்படையச் செய்தது.

தொழில் சார்ந்த முதலீடுகள் என்றாலே, அது 'லாபம்' என்கிற ஒற்றைக் குறிக்கோளுடன் மட்டுமே செய்யப்படும் என்பதே பொதுவான விதி. ஆகவே, செக் மக்களின் கல்வி அறிவும், ஜெர்மானியர்களிடம் அவர்கள் கற்றுக் கொண்ட வேலை செய்யும் திறனையும் கணக்கில் கொண்டு, செக் மக்கள் வசிக்கும் பகுதியே லாபத்தைக் கொண்டு வருமென தொழிலதிபர்கள் நம்பியதே செக் பகுதியில் குவிந்த முதலீடுகளுக்குக் காரணம். ஆனால், புதிய தொழில் முதலீடுகள் அனைத்தையும் செக் மக்கள் வசிக்கும் பகுதிகளுக்கே கொண்டு செல்கிறார்கள் செக் அரசியல்வாதிகள். இதன் மூலமாகவும் தங்களைத் தனிமைப் படுத்துகிறார்கள் என்கிற எதிர்ப்புக் குரல் ஸ்லோவாக்கியர்களிடம் மேலும் வலுத்துக்கொண்டே இருந்தது.

இதையெல்லாம் புரிந்துகொண்ட இரு பகுதி அரசியல்வாதிகளும் 1991ஆம் ஆண்டு "இனி செக்கஸ்லோவாக்கியா ஒரே தேசம் கிடையாது. செக் மற்றும் ஸ்லோவாக்கியா என இரு வேறு நாடுகளாகப் பிரிக்கப்படும்" என்று ஒருமித்த கருத்தாக முடிவெடுத்தனர். இதன் காரணமாக 70 ஆண்டுகளாய் ஒரே தேசமாக வாழ்ந்த இவர்கள் அன்பாய், நேசமாய் கைகுலுக்கி 1991ஆம் ஆண்டு விடைபெற்றுக் கொண்டனர். இதன் மூலமாக செக்கஸ்லோவாக்கியா என்கிற தேசம் காணாமல் போனது.

மனப் பொருத்தமில்லாத, ஒத்துழைக்க மறுக்கிற, ஏற்றத் தாழ்வுகள் பார்க்கிற இருவரை திருமணம் என்கிற பந்தத்திற்குள் நிர்ப்பந்தப்படுத்தி, வலுக்கட்டாயமாக சேர்த்து வைத்தால், அந்தத் திருமண உறவு எப்படி விவாகரத்திலோ அல்லது

விபரீதத்திலோ முடியுமோ, அதுபோல்தான் பொருந்திப் போகாத இரண்டு இனக் குழுக்களை ஒன்றாக்கி உருவாக்கப்பட்ட செக்கஸ்லோவாக்கியா எனும் தேசம் 70 ஆண்டுகள் கழித்து இரத்தமில்லாத, சத்தமில்லாத, வன்முறை இல்லாத முறையில் முடிவுக்கு வந்து 'செக்', 'ஸ்லோவாக்கியா' என்று தனித்தனி நாடுகளாகப் பிரிந்துபோனது. செக்கஸ்லோவாக்கிய என்கிற நாடு 'காணாமல் போன தேசங்கள்' பட்டியலில் இணைந்து கொண்டது.

இணைப்பால் காணாமல் போன

'கிழக்கு ஜெர்மனி'

காணாமல் போன பல தேசங்கள், சிறிய நாடுகளாக சிதறிப்போவது என்பதுதான் வழக்கம். இந்த வழக்கத்திற்கு மாறாக, வடக்கு ஜெர்மனியோடு இணைந்து, ஒருங்கிணைந்த ஜெர்மனியாக மாறி, காணாமல் போன நாடுதான் கிழக்கு ஜெர்மனி.

இரண்டாம் உலகப் போரில் ஜெர்மன், இத்தாலி, ஜப்பான் கூட்டணி தோற்கடிக்கப்படுகிறது. இவர்களின் கூட்டணிக்கு எதிராக நேசப் படையினர் என்று அழைக்கப்பட்ட அமெரிக்கா, இங்கிலாந்து, பிரெஞ்சு (பிரான்ஸ்), ரஷ்யா ஆகிய நாடுகளின் தலைமையில் இன்னும் சில நாடுகள் கூட்டணி போட்டு இரண்டாம் உலகப் போரை நடத்தின. இந்த நேசப்படை கூட்டணியினரின் ஒருங்கிணைந்த முயற்சியால், ஹிட்லரின் நாஜி ஜெர்மனிக்கு முடிவு கட்டப்பட்டது என்பது வரலாறு.

இரண்டாம் உலகப் போரில் தங்களுடன் தோற்றுப்போன நாடுகள், 'இனி இதுபோல் மீண்டு(ம்) எழுந்து வந்து விடக்கூடாது' என்பதற்காக, அந்த நாடுகளையெல்லாம் சிறிய நாடுகளாக பிரிக்கும் முறையைப் பின்பற்றின நேச நாடுகள்.

ஏனென்றால், தங்களிடம் தோற்றுப் போன நாடுகளை சிறு சிறு குட்டி நாடுகளாகப் பிரிப்பதன் மூலமாக, ஜெர்மனியில் இருக்கும் ஹிட்லரின் நாஜி அரசியல்தனத்தை முழுவதுமாக ஒழிக்கவும், போரால் ஏற்பட்ட இழப்புகளை ஈடுகட்டவும் முடியும் என நம்பிய நேசப்படை கூட்டணி நாடுகள், முதற்கட்டமாக ஜெர்மனியை நான்கு பகுதிகளாகத் தங்களுக்குள் பிரித்துக் கொண்டார்கள்.

அதன்படி, ஜெர்மனியின் கிழக்குப் பகுதியை ரஷ்யர்களும் இதர மேற்குப் பகுதிகளை அமெரிக்கா, பிரான்சு மற்றும் இங்கிலாந்து ஆகிய நாடுகளும் தங்களுக்குள் பங்கிட்டுக் கொண்டன. இந்த பாகப் பிரிவினையின்போது ரஷ்யாவின் கட்டுப்பாட்டுக்குள் சென்ற ஜெர்மனியின் கிழக்குப் பகுதியில்தான் இரண்டாம் உலகப் போருக்கு முந்தைய ஜெர்மனியின் தலைநகரமான பெர்லினும் இருந்தது. எனவே, ஒன்றிணைந்த ஜெர்மனின் தலைநகரான பெர்லினையும் நான்காகப் பிரித்தார்கள் நேசப்படையினர். இன்னொருமுறை ஹிட்லரைப்போல் அல்ல, அவரின் குணங்களை சிறிதளவும் கொண்ட யாரும் அதிகாரத்தைக் கைப்பற்றி விடக்கூடாது என்பதில் அத்தனைக் கவனமாக இருந்தார்கள் நேசப் படையினர்.

ஐரோப்பியர்கள் பல தவறுகளைச் செய்வார்கள். ஆனால், அவர்கள் பெரும்பாலும் ஒரே தவறை மீண்டும் மீண்டும் செய்வதில்லை. என்றாலும், ஜெர்மனியைப் பொருத்தமட்டில், அவர்களால் ஒரே தவறை அடுத்த முறை செய்யாமல் இருக்க முடியவில்லை.

1919ஆம் ஆண்டு முடிவுக்கு வந்த முதல் உலகப் போரிலும் அமெரிக்கா, பிரான்சு, ரஷ்யா மற்றும் இங்கிலாந்து கூட்டணி ஜெர்மனியின் கூட்டணியைத் தோற்கடித்திருந்தது. தோற்கடிக்கப்பட்ட ஜெர்மனியை என்ன செய்யலாம்? எப்படி இன்னொரு முறை ஜெர்மனியர்கள் ஐரோப்பாவைக் கைப்பற்றாமல் தடுப்பது என்பதைக் குறித்த செயல் திட்டம்

அப்போது தயாரிக்கப்பட்டது. அதன்படி 'Treaty of Versailles' என்கிற ஒப்பந்தம் ஜெர்மானியர்கள் மீது திணிக்கப்பட்டது. இந்த ஒப்பந்தத்தின் மூலமாக ஜெர்மானியர்கள் மீது பல்வேறு கட்டுப்பாடுகள் விதிக்கப்பட்டது. குறிப்பாக, பொருளாதாரத் தடை, ராணுவத் தடை போன்றவை.

மேலும், ஜெர்மனியின் ஆதிக்கத்தில் இருந்த ஆப்பிரிக்க காலனி நாடுகளைப் பிரான்சும் இங்கிலாந்தும் பிடுங்கிக்கொண்டன. இதைத் தவிர போருக்கான செலவு என்கிற வகையில் அபராதத் தொகையையும் ஜெர்மனி செலுத்த வேண்டும் என ஜெர்மனியை ஒப்புக்கொள்ள வைத்தார்கள்.

ஆகவே, இந்த 'Treaty of Versailles' ஒப்பந்தமானது ஜெர்மானியர்களை மிகவும் கோபத்திற்குள்ளாக்கியது. என்றாலும், அந்த நேரத்தில் இந்த ஒப்பந்தத்தை எதிர்க்கும் வலு இல்லாது சோர்ந்து போயிருந்தனர் ஜெர்மானியர்கள்.

'Treaty of Versailles' ஒப்பந்தம் மூலமாக தங்கள் நாட்டை மற்ற நாடுகள் அடிமைப்படுத்துகிறார்கள் என்கிற வார்த்தையை மீண்டும் மீண்டும் பிரயோகித்தே ஜெர்மன் நாட்டு மக்களுக்கு தேச உணர்வைப் போதையாக்கினார் ஹிட்லர். இதனாலேயே ஜெர்மன் மக்களிடையே பிரபலமானார்.

ஆம், ஹிட்லருக்கு மக்களிடையே அபிமானத்தைப் பெற்றுத் தந்தது அவரின் உணர்ச்சிமிகு பேச்சுகளே. ஒவ்வொரு முறையும் அவர் தன்னுடைய பேச்சுக்களில் ஜெர்மானிய தேசத்தின், ஜெர்மானிய மக்களின் பெருமைகளை அடுக்கிக்கொண்டே சென்றார். எப்படி ஜெர்மானியர்களை மற்ற நாடுகளும், யூதர்களும், கம்யூனிஸ்டுகளும் ஒடுக்குகிறார்கள் என்பதை மக்களிடையே உரக்கப் பேசினார். முதலாம் உலகப் போருக்குப் பின்னர் தங்கள் நாடு நெருக்கடியான நிலைக்குச் சென்றதற்கு யூதர்களும், கம்யூனிஸ்டுகளுமே காரணம் என ஜெர்மன் மக்களை நம்ப வைத்தார்.

மேலும், உலகிலேயே மிகச் சிறந்த இனம் ஜெர்மானிய இனமே என்று கூக்குரலிட்டு கர்ஜித்தார். ஜெர்மானிய ஊடகங்கள்

மூலமாகப் பொய்யான பரப்புரைகளை முன்னெடுத்தார். ஊடகங்களின் இவ்விதமான பொய்யான பரப்புரைகள் ஹிட்லரின் புகழ்ச்சிக்கும், ஜெர்மானியர்களின் போலியான பெருமைகளுக்கும் காரணமானது. இந்த விதமான ஊடகப் பொய் பரப்புரைகள் ஜெர்மானிய மக்களின் உணர்வுகளை உசுப்பி எடுத்தது.

முதலாம் உலகப் போருக்கு பிந்தைய, இரண்டாம் உலகப் போருக்கு முந்தைய ஜெர்மானிய அரசியல் என்பது ஹிட்லரின் பொய்யான பரப்புரை குறித்தே முழுமையாக இருக்கும். ஹிட்லரின் இவ்விதமான பொய் பரப்புரைகளை நம்பிய ஜெர்மானியர்கள் 'தங்கள் நாடே உலகின் சிறந்த நாடு. தங்கள் இனமே உலகின் சிறந்த இனம்' என்கிற போதைக்கு அடிமையாகி, தேசியம் என்கிற உணர்வுக்குள் ஒன்று சேர்ந்தார்கள்.

முதலாம் உலகப் போரின் தோல்வியால் சோர்ந்துபோன ஜெர்மானியர்களுக்கு ஹிட்லரின் பேச்சு புதுத் தெம்பையும், நம்பிக்கையையும் கொடுத்தது. ஆகவே, ஹிட்லர் சொல்லும் அனைத்தையும் 'வேதவாக்காக' எடுத்துக்கொண்டு அவரை முழுமையாக நம்பினர்.

'உண்மைக்கு மாறான செய்தியாக இருந்தாலும், அது அந்த நேரத்தில் தங்களுக்கு அனுகூலமாக இருந்தால், அதையே உண்மைச் செய்தியென ஏற்றுக்கொள்வது சராசரி மனித இயல்பு' என்பதால், ஜெர்மானிய மக்களும் இந்தச் சராசரி மனித இயல்புக்கு விதிவிலக்கானவர்களாக இருக்க முடியாதுதானே?

ஜெர்மன் தேசத்தையும், ஜெர்மானியர்களையும் அடக்கியாளும் விதமாக, முதலாம் உலகப் போரின் முடிவில் போடப்பட்ட 'Treaty of Versailles' ஒப்பந்தமே இரண்டாம் உலகப் போருக்குக் காரணமாக இருந்தது.

மேலும், பொய்களை மிக நேர்த்தியாகச் சொல்வதும், அந்தப் பொய்களை ஊடகங்கள் மூலமாக மீண்டும் மீண்டும் மக்களிடம் கொண்டு போய்ச் சேர்த்து மக்களின் உணர்ச்சிகளைத் தூண்டுவதும்தான் ஹிட்லரின் உத்தி.

கிட்டத்தட்ட நம்மூர் பண மதிப்பிழப்பு விவகாரத்தை ஊடகங்கள் எப்படிக் கையாண்டனவோ அதைப் போன்றதுதான் இதுவும். பண மதிப்பிழப்பு, இந்தியாவை வல்லரசாக்கும் என்று 'அறிவாளிகள்' பலர் எப்படி இன்னும் நம்பிக்கொண்டிருக்கிறார்களோ, அதுபோலவே ஹிட்லரின் எல்லாவித கோமாளித்தனங்களையும் ஜெர்மானிய மக்கள் நம்பினார்கள். ஏனென்றால், அந்தச் சூழலுக்கு ஏற்ற பொய்கள் அவை.

அதேபோல், ஜெர்மன் எனும் மக்களாட்சி நாட்டில் ஹிட்லர் எனும் சர்வாதிகாரியால் எவ்வாறு தலைவராக வர முடிந்தது என்பதுதான் நேசப்படையினர் முதற்கொண்டு சட்ட வல்லுநர்கள் அனைவரும் சிந்தித்த விஷயம். என்றாலும், ஜெர்மானிய அரசியலமைப்பில் ஹிட்லரைப் போன்ற சர்வாதிகாரிகள் உருவாகக்கூடிய வழிமுறைகள் இருப்பதையும் இவர்கள் கண்டுபிடித்தனர்.

உதாரணமாக, 'நெருக்கடி கால அதிகாரம்' என்கிற சிறப்பு அரசியலைப்புச் சட்டம்.

அதாவது தேசத்தின் நெருக்கடியான காலத்தில், நாட்டின் பாதுகாப்பு மற்றும் மக்கள் நலன் கருதி தன்னிச்சையான முடிவுகளை எடுத்துக்கொள்ளும் அதிகாரத்தை தனது கையில் அதிபர் எடுத்துக்கொள்ளும் முறை ஜெர்மானிய அரசியலமைப்பில் இருந்தது. இவ்வித ஜெர்மானிய அரசியல் அமைப்பின் மூலமாகவே ஹிட்லரும் தன்னை சர்வாதிகாரியாக ஆக்கிக்கொண்டார். ஆனால்,தனி நபருக்கோ அல்லது குழுவுக்கோ எல்லையில்லா அதிகாரம் கிடைக்கக்கூடாத வகையில் ஜெர்மானிய அரசியலமைப்பை சீரமைத்தனர் நேச நாட்டினர்.

'அவசரச் சட்டம் என்பது மக்களாட்சிக்கு எதிரானது. எந்த ஒரு காரணங்களைக் கொண்டும் அதிகாரம் முழுவதையும் தனி நபர் எடுத்துக் கொள்ளக்கூடிய சூழலை மக்களாட்சி என்பது எப்போதும் சந்தேகத்தோடுதான் பார்க்க வேண்டும்'.

முதலாம் உலகப் போரில் கூட்டணி வைத்துச் செயல்பட்ட முக்கிய நாடுகளான ரஷ்யா, பிரான்ஸ், இங்கிலாந்து மற்றும் அமெரிக்கா ஆகிய நான்கு நாடுகளில் ரஷ்யா மட்டும் சித்தாந்த ரீதியாக மற்ற மூவரைக் காட்டிலும் வேறுபட்டு, கம்யூனிஸம் மற்றும் சர்வாதிகார ஆட்சிமுறையைத் தேர்ந்தெடுத்துக் கொண்டது. மற்றவர்கள் சந்தைப் பொருளாதாரம், முதலாளித்துவம் மற்றும் மக்களாட்சி முறையைத் தேர்ந்தெடுத்துக் கொண்டனர்.

முதலாம் உலகப் போருக்குப் பின்னர், இரண்டாம் உலகப் போருக்கு முன்னர் இடைப்பட்ட ஆண்டுகளில் பாசிசமும், நாசிசமும் ஒருங்கிணைந்து செலுத்திய அதிகாரம் ஒரு புறமும், அவற்றை எதிர்க்கும் நாடுகள் மறுபுறமும் இருந்துகொண்டு ஆதிக்கப் போட்டியை நடத்தினர். ஆனால், இரண்டாம் உலகப் போரின் முடிவுக்குப் பிறகோ நாசிச ஜெர்மனியும், பாசிச இத்தாலியும் தங்கள் ஆதிக்கத்தை இழந்தனர் என்பது கவனிக்கத்தக்கது. மேலும், இவர்களை வீழ்த்திய நேசப்படை நாடுகளே உலக அரசியலில் இனி ஆதிக்கம் செலுத்தும் என்கிற நிலையும் இரண்டாம் உலகப் போருக்குப் பின்னர் எழுந்தது. ஆனால், நேசப் படையினரிடையே இருந்த பொருளாதார மற்றும் அரசியல் சித்தாந்த வேறுபாடுகளால் அது பிளவுபட்டது. இந்தப் பிளவே இரண்டாம் உலகப்போருக்குப் பின்னர் அடுத்த 50 ஆண்டுகளில் உலகில் நடந்த ‘The Cold War’ எனும் பனிப் போருக்குக் காரணமாக இருந்தது.

பனிப் போரின் பிரதான காரண காரியதரிசகளாக அமெரிக்காவும், ரஷ்யாவும் எதிரெதிர் துருவங்களாக உருவாகிப் போனதற்கு ஆணிவேராக விளங்கியது ஜெர்மனி என்று சொன்னால் அது மிகையாகாது.

பிரான்சு, அமெரிக்கா மற்றும் இங்கிலாந்துப் பகுதிகளை நிர்வாகம் செய்யவும், நாசி சிந்தனைப் போக்கிலிருந்து ஜெர்மனியை மாற்றவும், ஜெர்மனியில் தங்களின் வியாபாரத்தை செழிக்கச் செய்யவும், ஜெர்மனியின் மேற்குப் பகுதியை ஒன்றிணைத்து ‘Federal Democratic Republic of Germany’ என்கிற நாட்டை

1949ஆம் ஆண்டு உருவாக்கினார்கள். இதுவே மேற்கு ஜெர்மனி என்று அழைக்கப்பட்டது. சந்தைப் பொருளாதாரக் கொள்கைகளைப் பின்பற்ற நினைக்கும் பல அரசியல் கட்சிகளைக் கொண்ட குடியரசு நாடாக மேற்கு ஜெர்மனியை உருவாக்கின பிரான்ஸ், அமெரிக்கா மற்றும் இங்கிலாந்து ஆகிய நாடுகள். கிட்டத்தட்ட இன்றைய அமெரிக்கா, பிரான்சு, இங்கிலாந்தைப் போல் என்று வைத்துக் கொள்ளலாம்.

ஆனால், மேற்கு ஜெர்மனி உருவாக்கப்பட்ட அதே ஆண்டு கம்யூனிச சிந்தாந்த அரசியல் நாடான ரஷ்யாவின் கட்டுப்பாட்டுக்குள் விடப்பட்ட இதர ஜெர்மானிய பகுதிகள் ‘German Democratic Republic’ என்று பெயரிடப்பட்டு கிழக்கு ஜெர்மனி என்கிற நாடு உருவாக்கப்பட்டது. இப்படி உருவாக்கப்பட்ட கிழக்கு ஜெர்மனி என்கிற நாடு சோஷியலிச கொள்கைகளைக் கொண்ட நாடாக, ஒற்றைக் கட்சியான கம்யூனிச ஆட்சி முறையைக் கடைபிடித்தது. ஆக, உலகையே அச்சுறுத்திய ஜெர்மானிய தேசம் இரண்டாம் உலகப் போருக்குப் பின்னர் இரண்டு நாடுகளானது. அதுவும் வெவ்வேறு சித்தாந்த முறையைப் பின்பற்றக்கூடிய நாடுகளாகின. பெர்லின் ஒரே தலைநகரம் என்றாலும், அதுவும் நான்கு பகுதிகளாகப் பிரிக்கப்பட்டு நிர்வகிக்கப்பட்டது. என்றாலும், மேற்கு மற்றும் கிழக்கு என பிரிக்கப்பட்ட இரண்டு ஜெர்மனிகளிலும் நேச நாடுகளின் போர் வீரர்கள் மற்றும் அவர்களின் ராணுவத் தளவாடங்களும் இருந்தன.

இரண்டாம் உலகப் போருக்குப் பின்னர் ஜெர்மன் என்கிற நாடு இரண்டாகப் பாகப் பிரிவினை செய்யப்பட்ட பிறகு அமெரிக்கா, பிரான்சு, இங்கிலாந்து மற்றும் இன்னும் சில ஐரோப்பிய தேசங்கள் மெல்ல மெல்ல மேற்கு ஜெர்மனியில் தங்கள் தொழில் வர்த்தக முதலீடுகளைச் செய்ய ஆரம்பித்தனர். அங்கு நிலவிய முதலாளித்துவ சந்தைப் பொருளாதாரத்தை சரியான முறையில் தங்களுக்கு சாதகமாக்கிக்கொள்ள இதைச் செய்தாலும், ஜெர்மானியர்களின் மேலாண்மையாலும், உழைப்பாலும் உலகத் தரத்துக்கு நிகராக பொருட்கள் உற்பத்தி

செய்யப்பட்டது. இதனால், நிறுவனங்கள் லாபத்தில் செழிக்கவும், கொழிக்கவும் ஆரம்பித்தன. மக்களின் பொருளாதார நிலையும் வெகு வேகமாக முன்னேறியது.

அதே நேரத்தில் கிழக்கு ஜெர்மனியில் முன்னெடுக்கப்பட்ட ரஷ்யாவின் கம்யூனிச பொருளாதாரக் கொள்கையால் இப்படியான முதலீட்டை ஈர்க்க முடியவில்லை. தொழிலாளர் நலன், மக்கள் நலன் போன்றவற்றில் முன்னேறிய நாடாக கிழக்கு ஜெர்மனி மாறினாலும், அங்கு மக்களின் வாழ்க்கைத் தரம் மேற்கு ஜெர்மனியைக் காட்டிலும் குறைவாகவே இருந்தது. மேலும் கிழக்கு ஜெர்மனியில் சர்வாதிகார ஆட்சியும், கட்டுப்பாடும் அதிகம் இருந்தது. இதனால் ஏராளமான கிழக்கு ஜெர்மானியர்கள் மேற்கு ஜெர்மானிய பகுதிக்கு குடிபெயரத் துவங்கினார்கள். இந்தக் குடிபெயர்தல்களால் கிழக்கு ஜெர்மனியின் நிலை இன்னும் மோசமாகியது. எனவே, இப்படியான குடி பெயர்தல்களைத் தடுக்க பெர்லின் நகரத்தின் கிழக்குப் பகுதிக்கும், மேற்குப் பகுதிக்கும் இடையே சுவர் ஒன்றை 1961ஆம் ஆண்டு எழுப்பினார்கள் அப்போதைய ஆட்சியாளர்கள். பெர்லின் மட்டுமின்றி, கிழக்கு ஜெர்மனி மற்றும் மேற்கு ஜெர்மனியின் மற்ற நிலப் பகுதிக்கு நடுவில் இருந்தும்கூட யாரும் எளிதில் தப்பிக்க முடியாதபடிக்கு முள் வேலிகள், நெடுஞ்சுவர்கள் அமைக்கப்பட்டு இரண்டு ஜெர்மானிய தேசங்களின் எல்லை முழுக்க கண்காணிப்பு கோபுரங்கள் அமைக்கப்பட்டது. இதன் மூலமாக ரஷ்யா, இங்கிலாந்து, பிரான்ஸ் மற்றும் அமெரிக்கா என்கிற நேச நாட்டினரின் தலைமை நாடுகளால் ஜெர்மனி உலகின் மற்ற நாடுகளிடமிருந்து துண்டிக்கப்பட்டது.

20ஆம் நூற்றாண்டில் அமெரிக்காவுக்கும் ரஷ்யாவுக்கும் இடையே நிலவிய பனிப்போர் ஜெர்மனியைப் பிரிக்கும் இந்தச் சுவற்றின் இரண்டு பக்கங்களிலும் நடந்தது எனச் சொல்ல முடியும். இந்தச் சுவற்றுக்கு மேற்கில் அமெரிக்கா, பிரான்ஸ், இங்கிலாந்து உள்ளிட்ட நேச நாடுகளும், சுவற்றுக்கு கிழக்கே சோவியத் ரஷ்யாவும் மற்றும் சோஷியலிச நாடுகளும் என்று பலப் பரீட்சை செய்துகொண்டே இருந்தார்கள்.

ஒரு பக்கம் நேட்டோ (Nato) என்கிற கூட்டமைப்பும், அடுத்த பக்கம் வார்சோ (Warsow Pact) என்கிற ஒப்பந்த நாடுகளுமென ஜெர்மானிய நாடுகளைப் போட்டி போட்டு சிக்கலுக்குள்ளாக்கின.

குறிப்பாக, சோவியத் ரஷ்யாவின் ஆளுமைக்கு கீழ் கிழக்கு ஐரோப்பாவின் பல நாடுகள் இருந்த காரணத்தால், அதில் ஒன்றாகிப் போனது கிழக்கு ஜெர்மனியும்! எனவே, கிழக்கு ஜெர்மனியின் பொருளாதாரம், அரசியல் என அனைத்திலும் ரஷ்யாவின் தலையீடு அல்லது ரஷ்யாவின் அறிவுரை இருந்துகொண்டே இருக்கும். (வார்சோ உடன்படிக்கை செய்துகொண்ட அனைத்து நாடுகளும் இதேபோல் ரஷ்யாவின் கட்டுப்பாட்டில் இருந்தவைதான் என்பது குறிப்பிடத்தக்கது)

ஜெர்மனியும் வார்சோ உடன்படிக்கை செய்துகொண்ட நாடுதான். எனவே, அமெரிக்க ரஷ்யா பனிப்போர் என்பது ஜெர்மனியின் எல்லாத் துறைகளிலும் நடந்தது. சினிமா, விளையாட்டு, அறிவியல், விண்வெளி, அணு ஆயுதம் என அனைத்துத் துறைகளிலும் சோவியத் ரஷ்யாவைச் சார்ந்த நாடுகள், அமெரிக்காவைச் சார்ந்த நாடுகள் என உலகமே இரு துருவங்களாக செயல்பட்டு வந்த காலம் அது.

இந்த நிலையில்தான் மெல்ல மெல்ல சோவியத் ரஷ்யாவின் பொருளாதார நிலை சரிவடைந்துகொண்டே போனது. சோஷியலிச முறையில் துவக்கத்தில் வளர்ச்சியைக் கண்ட சோவியத் ரஷ்யாவால், தன் மீதான அமெரிக்காவின் பனிப்போரை எதிர்த்து தன் நாட்டு பொருளாதார வளர்ச்சியை தொடர்ந்து முன்னேற்றிக் கொண்டு செல்ல இயலவில்லை. (ரஷ்யாவின் இந்தப் பொருளாதார மந்த நிலைக்கும், அதனுடைய சோஷியலிச கட்டமைப்பில் ஏற்பட்ட விரிசலுக்கும் வேறுபல பல்வேறு காரணங்களும் இருக்கிறது. அதைக் குறித்து இக் கட்டுரையில் விவாதிக்கப் போவதில்லை.)

தொடர் பொருளாதாரத் தேக்க நிலையால் சோவியத் யூனியன் எனப்படும் கூட்டமைப்பில் பல பிரச்னைகள் ஏற்பட்டன. இந்த

நேரத்தில்தான் மிகேல் கோர்ப்பசேவ் எனும் தலைவர் சோவியத் ரஷ்யாவிற்கு தலைமைப் பொறுப்பேற்றார். சோவியத் ரஷ்யாவின் சோஷியலிச முறையில் சீர்திருத்தங்களைக் கொண்டு வந்தால் மீண்டும் சோவியத் யூனியன் பலம்பெறும் என நம்பியவர் கோர்ப்பசேவ்.

குறிப்பாக, அணு ஆயுதம் மற்றும் அமெரிக்காவுடனான பனிப்போரைக் குறைக்கக்கூடிய பல முடிவுகளை கோர்ப்பசேவ் எடுத்தார். இதனால், 1989 ஆம் ஆண்டு சோவியத் யூனியன் எனும் ஒன்றிணைக்கப்பட்ட பல்வேறு நாடுகளின் கூட்டமைப்பான ரஷ்யாவுடன் 'வார்சாவ்' உடன்படிக்கை செய்துகொண்ட நாடுகளின் உள்நாட்டு விவகாரத்தில் இனி சோவியத் யூனியன் என்கிற தலைமை ஒன்றிய நாடு தலையிடாது. எனவே, அவரவர்கள் தங்கள் பகுதியில் அல்லது தங்கள் நாடாக கருதிக்கொள்ளும் பகுதியின் தலைவிதியை அவர்களே எழுதிக்கொள்ளலாம் என்கிற முக்கிய மாற்றமும் வந்தது.

ஆக, இனி சோவியத் யூனியனுக்கு பயப்படத் தேவையில்லை என்கிற இந்தச் செய்தி, அதுவரை இருந்து வந்த கம்யூனிச அரசியல் மற்றும் அதிகார மாற்றத்திற்கான குரல்களை ரஷ்யாவின் ஆளுமைக்குள் இருந்த கிழக்கு ஐரோப்பிய நாடுகளிலும் ஓங்கி ஒலிக்கச் செய்தது. இதன் முதல் படியாக ருமேனியா நாடு தனது முதல் பொதுத் தேர்தலை நடத்தி ஒற்றைக் கட்சி ஆட்சி முறைக்கு முடிவு கட்டியது.

இதைத் தொடர்ந்து இரண்டாம் உலகப் போருக்கு முன்னர் ஒன்றாக இருந்த 'ஜெர்மன்' எனும் ஒன்றுபட்ட நாட்டின் குறுக்கே கட்டப்பட்ட குறுக்குச் சுவர் மற்றும் இரும்புத் திரையை நீக்கக் கோரியும், மக்களின் சுதந்திரத்தை முடக்கிப்போட்ட கிழக்கு ஜெர்மானிய ஆட்சியாளர்களை எதிர்த்தும் குரல்கள் பலமாக ஒலிக்க ஆரம்பித்தன.

குறிப்பாக, கிழக்கு ஜெர்மனியை விட்டு வேறெந்த அயல் நாட்டுக்கும் செல்ல முடியாத அளவுக்கு இருந்த பயணத் தடையை தளர்த்த வேண்டும் என்கிற கோரிக்கை வலுப்பெற்றது. இதன் காரணமாக, 9 நவம்பர் 1989 அன்று கிழக்கு ஜெர்மானிய அதிகாரி

ஒருவர் கலந்து கொண்ட பத்திரிக்கையாளர் சந்திப்பின்போது, இந்தப் பயணத் தடையை நீக்குவது குறித்த கேள்வியும் கேட்கப்பட்டது. அவரும் 'பயணத் தடை தளர்த்தப்படும், கூடிய சீக்கிரத்தில்' என்று பதில் சொல்லிவிட்டார்.

அவருடைய இந்தப் பதில் காட்டுத் தீ போல் கிழக்கு ஜெர்மனியெங்கும் 'இனி பயணத் தடை கிடையாது' என்று பரவிய காரணத்தால், கிழக்கு பெர்லின் நகரத்தில் வாழ்ந்த ஜெர்மானியர்கள் கும்பல் கும்பலாக நகரத்தின் நடுவே இருந்த சுவற்றை நோக்கிப் படையெடுத்தார்கள். காவலுக்கு இருந்த காவலாளிகளிடம் 'இனி எந்தத் தடையும் கிடையாது, கதவைத் திற' எனக் கூவினார்கள். காவல்துறைக்கும், ராணுவத்தினருக்கும் அப்பொழுது என்ன செய்வதென்றே தெரியவில்லை. அரசு உயர் அதிகாரிகளும் குழப்பத்தில் இருந்த காரணத்தால், மக்கள் அனைவரும் குறுக்கே கட்டப்பட்டிருந்த அந்தச் சுவற்றின் மீது ஏறத் துவங்கினார்கள். அப்படி ஏறியவர்களில் சிலர், அந்தச் சுவற்றை சம்மட்டியால் ஓங்கியோங்கி அடித்துத் தகர்க்க ஆரம்பித்தார்கள்.

இந்தச் செய்தி கிழக்கு ஜெர்மனி முழுக்க காட்டுத் தீயாகப் பரவியதால், கூட்டம் கூட்டமாக தடுப்புச் சுவற்றை நோக்கி மக்கள் வரத் துவங்கினார்கள். கட்டுக்கடங்காத வகையில் வந்த மக்களின் உணர்ச்சிப் பெருக்கத்தை எதிர்க்க முடியாமல், பெர்லின் தடை சுவற்றின் வாசல்கள் காவலாளிகளால் திறக்கப்பட்டது. மேலும், இரண்டு ஜெர்மானிய மக்களாலும் பெர்லின் சுவர் அடித்துத் தகர்க்கப்பட்டது. 1961ஆம் ஆண்டு கட்டப்பட்டு முப்பது வருடங்களாக ஜெர்மனியர்களை இரண்டாகப் பிரித்த அந்தச் சுவர் 1989ஆம் ஆண்டு ஜெர்மானிய மக்களால் தகர்க்கப்பட்டது.

பத்திரிக்கையாளர்கள் சந்திப்பில் அதிகாரி ஒருவர் சொன்ன பதிலை தவறாகப் புரிந்துகொண்டு, அதையே தலைப்புச் செய்தியாக பிரசுரம் செய்தன ஊடகங்கள். விளைவு, அச் செய்தியை தங்களின் தேவைக்கு ஏற்ற வகையில் புரிந்து

கொண்டனர் ஜெர்மானிய மக்கள். அதைத் தொடர்ந்து நடந்த மக்கள் எழுச்சியினால் பெர்லின் சுவர் தகர்க்கப்பட்டது. பெர்லின் சுவர் இடிப்பு என்பது வரலாற்றின் மிக முக்கிய நிகழ்வு என்றாலும், அதன் பின்னணியில் இப்படியொரு ஊடகத் தவறு இருப்பது ஆச்சர்யமாக இருக்கிறது.

எப்படி ஹிட்லர் தன் ஊடகப் பிரச்சாரத்தைக் கொண்டு ஜெர்மானியர்களை ஒன்றாக்கி, ஐரோப்பா முழுவதையும் கைப்பற்றினாரோ, அதேபோல் ஊடகங்கள் எந்த உள் நோக்கமும் இன்றி கூறிய தவறான செய்திகள் மூலமாகவே பெர்லின் சுவரும் உடைக்கப்பட்டது என்பது கவனிக்கத்தக்கது.

பெர்லின் சுவர் தகர்த்தெறியப்படும் வரையில் கிழக்கு ஜெர்மனியும், மேற்கு ஜெர்மனியும் ஒன்றாக இணைய வேண்டும் என்கிற எந்த முனைப்பும் அவ்விரு நாடுகளிலும் கிடையாது. அதற்கென தனி இயக்கமெல்லாம் இருந்ததும் இல்லை. ஆனால், ஊடகங்கள் தவறாகப் பிரசுரித்த தலைப்புச் செய்தியால் பொங்கியெழுந்து பெர்லின் சுவற்றை உடைத்த ஜெர்மானியர்களின் உணர்வு ‘நாம் ஏன் மீண்டும் ஒன்றாக இணையக்கூடாது’ என்கிற கேள்வியை அவர்களுக்குள் எழுப்பியது. குழப்பத்தோடு அரங்கேறிய பெர்லின் சுவர் இடிப்பை, குழப்பமே இல்லாமல் அடுத்த கட்டத்திற்கு, அதே வேளையில் ஜெர்மானிய மக்களின் உணர்வுக்கு இணங்க இரு ஜெர்மனியையும் இணைத்துக் காட்டினார் ஹெல்மெத் ஹோல் எனும் மேற்கு ஜெர்மானியத் தலைவர்.

பெர்லின் சுவர் இடிக்கப்பட்டதும் எப்படி இவ்விரு நாடுகளையும் இணைப்பது என்பது குறித்த திட்டங்களை உருவாக்கிவிட்டார் ஹெல்மெத் ஹோல். அடுத்தடுத்து அந்தத் திட்டங்கள் யாவற்றையும் நிறைவேற்றி முடிப்பதற்கு வேண்டிய காரியங்களையும் மிக நேர்த்தியாக முன்னெடுத்தார். செய்தும் முடித்தார்.

குறிப்பாக, இரண்டு ஜெர்மானிய தேசங்களும் மீண்டும் இணைவதற்கு இரண்டாம் உலகப் போரில் வென்ற நேசப் படையினரின் ஒப்புதல் மிக அவசியம் என்பதை உணர்ந்தார்.

ஏனென்றால், இரண்டாம் உலகப் போரின் முடிவின் போது, அதிகமான நிலப்பகுதியைக் கொண்ட ஜெர்மனி, ஐரோப்பியக் கண்டத்திலுள்ள ஏனைய நாடுகளை அச்சுறுத்தும் சக்தியாக மீண்டும் எழுந்து வரக்கூடும். எனவே, அனைவரும் ஜெர்மானிய இணைப்பை ஆதரிக்க வேண்டிய அவசியமில்லை. நேசப்படை நாடுகளில் யாரேனும் ஒருவர் முட்டுக் கட்டை போட்டால் கூட இந்த இணைப்பு அமைதியாக நடக்காது. அது ஜெர்மனியின் நிலையை மிக மோசமாக்கிவிடும் என்பதைத் தீர்க்கமாக உணர்ந்து, முழுக்க முழுக்க பேச்சுவார்த்தையின் மூலமாகவும், அரசியல் நகர்வுகளாலும், தைரியமான முடிவுகளாலும் இதைச் செய்து முடித்தனர் ஜெர்மானியர்கள்.

அமெரிக்காவிடம் பொருளாதார நேசக்கரம், பிரெஞ்சுக்காரர்களின் ஒன்றிணைந்த ஐரோப்பிய கனவுக்கு ஆதரவு, பொருளாதார நெருக்கடியில் இருந்த சோவியத் ரஷ்யாவுக்கு பொருளாதார உதவி, இங்கிலாந்திடம் மென்மையான போக்கு மற்றும் கிழக்கு ஜெர்மனியில் நேட்டோ படைகளை நிறுவுவதில்லை என்கிற வாக்குறுதி என, அனைத்து நேசப்படை நாடுகளையும் திருப்திப்படுத்தி, பெர்லின் சுவர் வீழ்ந்த அடுத்த வருடம் 3 அக்டோபர் 1990 அன்று கிழக்கு ஜெர்மனியும் மேற்கு ஜெர்மனியும் ஒன்றாகின.

1945ஆம் ஆண்டு பிரிக்கப்பட்ட ஜெர்மானிய நிலப்பகுதி 1990ஆம் ஆண்டு மீண்டும் இணைந்து ஒன்றாகியது.

முதலாம் உலகப் போரில் ஜெர்மனியை வெற்றிகொண்ட நாடுகள் கையாண்ட விதமும், இரண்டாம் உலகப் போரில் ஜெர்மனியை வெற்றி கொண்ட நாடுகள் ஜெர்மனியை கையாண்ட விதம் முற்றிலும் மாறுபட்டதாகவே இருந்தது.

முதலாம் உலகப் போரில் ஜெர்மனியின் மீது அளவுக்கு மீறிய தண்டனையும், தடைகளும் புகுத்தப்பட்டன. விளைவு, தேசிய உணர்வைக் கொண்டே ஆட்சியைப் பிடித்தார் சர்வாதிகாரி ஹிட்லர்.

இரண்டாம் உலகப் போரின்போது ஜெர்மனியை தனிமைப்படுத்தாமல், அந்த நாட்டை இரண்டு தேசங்களாகப் பிரித்து தங்களுக்கு ஏற்றாற்போல் நேச நாடுகள் கையாண்ட விதத்தின் விளைவுக்கு ஹெல்மெத் ஹோல் எனும் அரசியல்வாதி முடிவு கட்டினார். பிரிந்த நாடுகள் ஒன்று சேர்ந்தன. காணாமல் போன தேசங்களின் பட்டியலில் கிழக்கு ஜெர்மனி, மேற்கு ஜெர்மனி என இரண்டு நாடுகள் இடம் பெற்றன.

சேர்ந்து வாழ்தலுக்கான முன்னெடுப்புகளை உள்ளார்ந்த அன்போடு மேற்கொள்ளும்போது, பகை, வன்மம், காழ்ப்புணர்ச்சி, வெறுப்பு என அனைத்தும் தகர்க்கப்பட்டு காணாமல் போய்விடும் என்பதற்கு இவ்விரு நாடுகளின் இணைப்பு சரியான எடுத்துக்காட்டு. ஆகவே, இதர காணாமல் போன நாடுகளைக் காட்டிலும் வித்தியாசமான ஒரு கதைதானே ஜெர்மனியின் கதை!

‘சோவியத் யூனியன்’

வல்லரசுகளும் காணாமல் போகும்

1991ஆம் ஆண்டுக்கு முன்பு வரையில், சோவியத் யூனியன் என்கிற ரஷ்யாதான் உலகிலேயே மிகப்பெரிய நாடாக இருந்தது. மிகவும் பலம் வாய்ந்த நாடும் அதுதான். 1980களில் உலக வரைபடத்தில் ‘Union of Soviet Socialist Republic’ என்கிற பகுதியைப் பார்க்கும்போதே மலைப்பாக இருக்கும். கம்யூனிஸ சோஷியலிச பொதுவுடைமைத் தத்துவத்தோடு, உலகின் அனைத்துத் துறைகளிலும் முதன்மையாகத் திகழ்ந்தது சோவியத் யூனியன்.

சந்தைப் பொருளாதாரம் மற்றும் முதலாளித்துவக் கொள்கைகளைப் பின்பற்றி, அதன் மூலமாக விண்வெளி, அணுசக்தி, விளையாட்டு, அறிவியல், இலக்கியம் என அனைத்துத் துறைகளிலும் மேற்கு உலகம் சிறந்து விளங்கிய அதே நேரத்தில், மேற்குலகின் முதலாளித்துவக் கொள்கைகளுக்கு நேர்மாறான கம்யூனிசக் கொள்கைகளைப் பின்பற்றி, அனைத்துத் துறைகளிலும் ஜாம்பவானாக விளங்கியது சோவியத் யூனியன்.

முதலாம் உலகப்போருக்கு முன்னதாக, குறிப்பாக 1917ம் ஆண்டு துவங்கிய ரஷ்யப் புரட்சிக்கு முன்பு வரையில், சோவியத் ரஷ்யாவில் அரச பரம்பரையான ஜார் மன்னர்களின் ஆட்சியே

நடைபெற்று வந்தது. இந்த கொடுங்கோல் ஆட்சியானது முதலாம் உலகப் போர் இறுதியில் முடிவுக்கு வந்தது. காரணம், மன்னர் ஆட்சி அல்லது நில பிரபுத்துவ காலத்தை முடிவுக்குக் கொண்டுவர ரஷ்யாவில் ஏற்பட்ட புரட்சி!

'நன்கு தொழில் மயமாக்கப்பட்ட நிலையில்தான் சமுதாயம் என்பது சமத்துவத்தை நோக்கி நகரத் துவங்கும். அதுவே, அடுத்தடுத்து மாற்றமடைந்து, ஏற்றத் தாழ்வு இல்லாத கம்யூனிச சமூகமாகவும், எல்லோருக்கும் பொதுவான சமூகமாகவும் மலரும்' என்பது கார்ல் மார்க்ஸின் கருத்து. ஆனால், கார்ல் மார்க்ஸின் இவ்விதமான அனைத்து தத்துவங்களையும் உள்வாங்கிக் கொண்டு, பொதுவுடைமை சர்வாதிகாரத்தின் மூலமாகவும் இப்படியான ஒரு பொதுவுடைமை சமூகத்தைக் கட்டமைக்க முடியும் என்று நம்பினார் லெனின். இந்த நம்பிக்கையில்தான் அக்டோபர் 17, 1917 ஆம் ஆண்டு 'போல்ஸ்விக் புரட்சி' எனும் ரஷ்யப் புரட்சி தோன்றியது. இப்புரட்சியின் விளைவாக அந் நாட்டில் பொதுவுடைமைத் தத்துவம் மலர்ந்தது.

ரஷ்யப் புரட்சி என்கிற ஒற்றை வரியில் இந்த நிகழ்வை நாம் அத்தனை எளிதாகக் கடந்துவிட முடியாது. ஏனெனில், அன்றைய ரஷ்யப் புரட்சி என்பது, அப்போதைய மொத்த உலகையும் மாற்றி அமைத்த, வல்லமை கொண்ட நிகழ்வு. இன்று வரையிலும் அதன் தாக்கம் உலகத்தில் இருக்கத்தான் செய்கிறது. வருங்காலங்களிலும் இருக்கும்.

ஏனென்றால், உழவர்கள் நிலக்கிழார்களுக்கு அடிமையாக இருக்கும் நிலை, உழைப்பவர்களுக்கு நிலமற்ற நிலை, பொருளாதார ஏற்றத் தாழ்வு, ஆண்டான் அடிமை முறை என்கிற அனைத்து வித அடிமைத்தனமான முறைகளையும் நீக்கிவிட்டு, புதிய சமுதாயம் படைத்த புரட்சியாகப் பார்க்கப்படுவது ரஷ்யப் புரட்சி.

ரஷ்ய சாம்ராஜ்யத்தில் ரஷ்யர்களைத் தவிர்த்து பல்வேறு இனக் குழுக்களைச் சேர்ந்த மக்களும், பல்வேறு மொழிகளைப் பேசும் இனக் குழுவினரும் வாழ்ந்து வந்தார்கள். இவர்கள் அனைவரும்

தங்களின் மொழி மறந்து, இனம் மறந்து, வேற்றுமைகள் மறந்து, “நாம் அனைவரும் உழவர்கள், நாம் எல்லோரும் தொழிலாளர்கள்” என்கிற சிந்தனையோடு ஒன்றிணைந்து வென்றெடுத்ததே ரஷ்யப் புரட்சி. அதே குரலோடு அனைவரும் ஒன்றாக இணைந்து, ஒருங்கிணைந்த நிலப்பகுதியாக ஆக்கப்பட்டதே சோவியத் யூனியன் எனப்பட்டது.

இப்படி பல்வேறு மொழி, இனக் குழுக்களைச் சேர்ந்தவர்களால் ஒன்றிணைக்கப்பட்ட சோவியத் யூனியன் என்கிற கூட்டமைப்பு என்பது கிட்டத்தட்ட 15 மாநிலங்களைக் கொண்ட ஒன்றியம். 15 மாநிலங்கள் என்று நாம் கூறினாலும், உண்மையிலேயே இவை அனைத்தும் ஒவ்வொரு நாடுகளுக்குச் சமம். இந்த 15 மாநிலங்களிலும் மொழி, கலை, உணவு, கலாச்சாரம், உடை என அனைத்திலும் வேறுபாடுகள் உண்டு. மத நம்பிக்கையிலும் வேறுபாடுகள் உண்டு.

ரஷ்யப் புரட்சிக்குப் பிறகு சோவியத் யூனியன் என்கிற ஒன்றியத்தில் ஒன்றிணைந்துகொண்ட 15 நாடுகளும், புரட்சி ஏற்படுவதற்கு முன்பாக ரஷ்யாவை ஆண்டு வந்த ஜார் மன்னர்களின் சாம்ராஜ்யத்திற்குக் கீழாக இயங்கிக் கொண்டிருந்தவை என்கிற ஒரேயொரு ஒற்றுமைதான் இவர்களிடம் இருந்தது. கிட்டத்தட்ட நம்முடைய இந்தியாவைப் போன்று என்று வைத்துக்கொள்ளலாம்.

இந்த சோவியத் யூனியன் என்கிற கூட்டமைப்புக்கு லெனின் தலைமை ஏற்றார். இவருடைய தலைமையில், பொதுவுடைமை சித்தாந்தம் எனும் கம்யூனிசக் கொள்கைகளைத் தாங்கிய சோவியத் யூனியன், அபாரமாக தொழில் துறையில் முன்னேறியது.

லெனினுக்கு அடுத்து ரஷ்ய அதிபர் பதவிக்கு வந்த ஸ்டாலின் சோவியத் யூனியனை மேலும் பலப்படுத்தினார். அதே நேரத்தில் சுதந்திரம், ஜனநாயகம், மனித உரிமை போன்றவற்றைப் பற்றி எந்த விதமான கவலையும் கொள்ளாது, தனக்கு எதிரான கருத்துக்களைக் கொண்டவர்களை நசுக்கினார். இந்த

நேரத்தில்தான் இரண்டாம் உலகப் போரில் ஹிட்லரை எதிர்த்து ரஷ்யா போர் செய்து ஜெர்மனியைத் தோற்கடித்தது.

இரண்டாம் உலகப் போருக்குப் பின்னர், அமெரிக்காவுடனான பனிப்போர் உருவான காலத்தில், 15 மாநிலங்களின் ஒன்றிணைந்த தேசமாக விளங்கிய சோவியத் யூனியன் பல்வேறு சாதனைகளைப் படைத்து உலகையே ஆச்சரியப்படுத்தியது. ஆம், விண்வெளியில் செலுத்தப்பட்ட முதல் செயற்கைக் கோள், விண்வெளிக்குச் சென்ற முதல் ஆண், முதல் பெண் என பல விதங்களிலும் உலக நாடுகளை ஆச்சரியப்படுத்தி ஆதிக்கம் செலுத்தியது சோவியத் யூனியன். எல்லாத் துறைகளிலும் நிலவி வந்த பனிப்போர் போட்டியில், அமெரிக்காவின் முதலாளித்துவ பொருளாதாரக் கொள்கைகளுக்கு எதிராக சோஷியலிச பொதுவுடைமைப் பொருளாதாரக் கொள்கைகளைப் பின்பற்றி வந்த சோவியத் யூனியனால் ஒரு கட்டத்திற்கு மேல் ஈடுகொடுக்க முடியவில்லை. மேலும், பனிப்போர் நிலவிய காலத்தில் இவ்விரு நாடுகளுக்கும் இடையே அணு ஆயுதப் போட்டியும் நடந்தது என்பது குறிப்பிடத்தக்கது.

இந்த நிலையில், ஆப்கானை கைப்பற்றிய சோவியத் படைகள் அங்கு பெரும் எதிர் விளைவுகளைச் சந்தித்தது. மேலும், இரண்டாம் உலகப் போரில் தன்னோடு கரம் சேர்த்த பல நேசநாடுகளுக்கு உதவியதோடு, அங்கெல்லாம் போர்ப் படைகளை நிறுவியதன் விளைவாக சோவியத் யூனியனின் பொருளாதாரத்தில் தொய்வும் ஏற்பட்டது. இதனால், சோவியத் யூனியன் என்கிற சர்வாதிகார கட்டமைப்பில் இருந்த கட்டுப்பாடுகள், ஒடுக்கு முறைகள், அதில் ஊடுறுவிய ஊழல்களால் நிலைமை இன்னும் மோசமானது.

இந்த நேரத்தில்தான் சோவியத் யூனியனில் புதிய மறுமலர்ச்சியைக் கொண்டுவர அதிகாரத்துக்கு வந்தார் கோர்ப்பசேவ் எனும் ரஷ்ய அதிபர். இவர் 1985ஆம் ஆண்டு பதவி ஏற்ற பின்னர், படிப்படியாக பல்வேறு மாற்றங்களைக் கொண்டு வந்தார். வெளிப்படைத் தன்மை, தனியார் நிறுவனங்கள்

போன்றவற்றையும் கொண்டுவந்தார். விளைவு, இதுவரை அடக்கு முறைக்குள் இருந்த மக்கள் இந்த மாற்றங்களைப் பயன்படுத்தி எதிர் அரசியல் செய்தார்கள்.

குறிப்பாக, இரண்டாம் உலகப் போரில் ஜெர்மனியும், ரஷ்யாவும் ஏற்படுத்திக்கொண்ட ரகசிய ஒப்பந்தத்தை வெளிக்கொண்டு வந்தனர்.

இரண்டாம் உலகப் போருக்கு முன்னதாக அல்லது இரண்டாம் உலகப் போரின் துவக்கத்தில் ரஷ்யாவும் ஜெர்மனியும் தங்களுக்குள் ஓர் இரகசிய ஒப்பந்தம் செய்துகொண்டனர். (1939 Molotov-Ribbentrop Pact) அதாவது, ஜெர்மனி ரஷ்யா மீதும், ரஷ்யா ஜெர்மனி மீதும் எக்காரணத்தைக் கொண்டும் தாக்குதல் நடத்தக்கூடாது என்பதே அந்த இரகசிய ஒப்பந்தம். அந்த ஒப்பந்தத்தின் மூலம் ஜெர்மனிக்கும் ரஷ்யாவுக்கும் இடையிலான பகுதிகளை அவ்விரு நாடுகளும் எந்தப் பிரச்னையும் இன்றி மீட்டுக் கொள்ளலாம். முதலாம் உலகப் போர் முடிவில் இழந்த இடங்களை இவ்வாறு இருவரும் மீட்டுக் கொள்வதாக ரகசிய ஒப்பந்தம் செய்துகொண்டனர்.

குறிப்பாக, ஜெர்மனிக்கும் ரஷ்யாவுக்கும் இடையே இருக்கும் கிழக்கு ஐரோப்பிய நாடுகளான ருமேனியா, போலந்து, மற்றும் பால்டிக் நாடுகள் எனப்படும் லித்துவேனியா, லாத்வியா, எஸ்தோனியா போன்ற நாட்டினர், ரஷ்ய – ஜெர்மானிய இரகசிய ஒப்பந்தம் மூலமாக தங்கள் நாட்டை தங்களிடம் கேட்காமலேயே ஜெர்மனியும், ரஷ்யாவும் பங்கு போட்டுக்கொண்டன என்று குற்றம் சாட்டத் தொடங்கினர். காரணம், இந்த இரகசிய ஒப்பந்தமானது அவர்களை பலவிதங்களில் பாதித்தது. பல்லாயிரம் உயிர் இழப்புகளைச் சந்திக்க நேரிட்டது. எனவே, அந்த இரகசிய ஒப்பந்தத்தை, தங்களின் சோவியத் ரஷ்ய எதிர்ப்பு அரசியலுக்குப் பயன்படுத்தி இனம், மொழி என்கிற உணர்வால் இணைத்தனர் அந்த நாட்டினர்.

இனம், மொழி, கலாச்சாரத்தைக் கடந்து, சோவியத் யூனியன் என்கிற ஒன்றிணைந்த பிரதேசத்தில் வாழும் பொதுவுடைமைக்

கொள்கைகளை ஏற்றுக் கொண்ட மக்களிடையே விரிசல் ஏற்பட்டதற்கு, அந்த இரகசிய ஒப்பந்தமே காரணம் என்கிறார்கள் அரசியல் வல்லுநர்கள். அதாவது, சோவியத் யூனியனில் வசிப்பவர்களில் ரஷ்ய மொழிக் குழுவைச் சேர்ந்தவர்களே பெரும்பான்மையானவர்களாக இருந்தார்கள். இவர்கள் ருமேனியா, லாத்வியா, உக்ரேன் என இன்னும் பல சிறிய இனக் குழுக்களை கட்டுப்படுத்துகிறார்கள் என்கிற உணர்வு மேலோங்கியது. இந்த உணர்வே மெல்ல மெல்ல பொருளாதாரத்தில் முன்னேற்றமின்றி தேங்கி நின்ற சோவியத் யூனியனைச் சிதறடித்து முடிவுக்கு கொண்டு வர முக்கிய அரசியல் காரணமாயிற்று.

இந்நிலையில், 1986ஆம் ஆண்டு நடந்த செர்னோபில் அணு உலை விபத்து சோவியத் யூனியன் நிலையை இன்னும் மோசமாகக் காட்டியது. ஒரு பக்கம் சோவியத் யூனியனில் இருந்த இனக் குழுக்களுக்குள் எழுந்து வரும் இன, மொழி, தேசிய உணர்வு. மறுபக்கம் பொருளாதாரப் பின்னடைவுகள். இன்னொரு பக்கம் அமெரிக்காவிற்கு எதிரான பனிப்போர் மற்றும் அணு உலை விபத்து என அடுக்கடுக்காக 1969ஆம் ஆண்டிலிருந்து 1989ஆம் ஆண்டு வரையில் பல்வேறு எதிர்மறை நிகழ்வுகள் சோவியத் யூனியனில் நடைபெற்றுக் கொண்டிருந்த நிலையில், இறுதிக் கட்டமாக கிழக்கு ஐரோப்பிய நாடுகளிலிருந்த தன்னுடைய துருப்புகளை வெளியேற்றியது சோவியத் யூனியன். இதை அடுத்து சோவியத் யூனியனின் ஆளுகைக்குள் இருந்த, ஒவ்வொரு கிழக்கு ஐரோப்பிய நாடுகளும் பல கட்சிகள் கொண்ட ஜனநாயகத்தைத் தழுவின. எஸ்தோனியா தன்னை தனிநாடாக அறிவித்தது. அதையடுத்து லித்துவேனியாவும், லாத்வியாவும் தங்களைத் தனி நாடுகளாக அறிவித்தன. இதை ஒடுக்க நினைத்த ரஷ்ய ஆதிக்கத்தை உலக நாடுகள் கண்டித்ததால், ரஷ்யப் படையினரால் ஒன்றும் செய்ய முடியவில்லை. இந் நிலையில் சோவியத் யூனியனின் நடைமுறையில் மாற்றம் செய்தால் இந்த நிலை மாறிவிடும் என்று அப்போதைய அதிபர் கோர்ப்பசேவ் நம்பினார். எனவே, இன்னும் பல சலுகைகளையும், புதிய மாற்றங்களையும் கொண்டு வந்தார். சோவியத் யூனியனில்

பாராளுமன்றத் தேர்தல் நடத்தி ஜனநாயக முறைப்படி தலைவர்களைத் தேர்வு செய்யக்கூடிய மாற்றத்தையும் கொண்டு வந்தார்.

இப்படியாக சோவியத் யூனியனின் அதிபரான கோர்ப்பசேவ் பல்வேறு மாற்றங்களைக் கொண்டு வந்தாலும், ‘கம்யூனிஸ ஒற்றைத் தலைமைக்கு கீழ்தான் அனைத்தும்’ என்கிற நிலையே தொடர்ந்தது. இந் நிலையில் அங்கு நடைபெற்ற தேர்தலில் போரிஸ் எல்ட்சின் வெற்றிபெற்றார். ரஷ்ய மக்களால் தேர்தெடுக்கப்பட்ட தலைவர் போரிஸ் எல்ட்சின் என்பதால், அவர் கம்யூனிஸ்ட் கட்சியிலிருந்து விலகினார். மேலும், ரஷ்யா என்கிற நாடு சோவியத் யூனியன் என்கிற கூட்டமைப்பிலிருந்து விலகுவதாகவும் அறிவித்தார்.

இதனால், ரஷ்யாவோடு சேர்ந்து சோவியத் யூனியனில் ஒன்றாக இருந்த மற்ற நாடுகளும் கூட்டமைப்பிலிருந்து விலக, எந்த நாடும் இல்லாத ஓர் அமைப்பாகிப் போனது சோவியத் யூனியன். அதன் தலைவராக இருந்தார் கோர்ப்பசேவ். இந்தநிலையில் 22 டிசம்பர் 1991ஆம் ஆண்டு “சோவியத் யூனியன் முடிவுக்கு வந்தது” என்று அறிவித்துவிட்டு, தன்னுடைய பதவியை ராஜினாமா செய்தார் கோர்ப்பசேவ்.

இனம், மொழி, கலாச்சாரத்தைக் கடந்து, சோவியத் யூனியன் என்கிற பெயரில் ஒன்றிணைக்கப்பட்ட, பொதுவுடைமைக் கொள்கைகளை ஏற்று உருவாக்கப்பட்ட தேசம், 70 ஆண்டுகளாக உலகத்தின் பலம் மிக்க நாடாக, பொதுவுடைமைத் தத்துவத்தையும், ஒடுக்கப்பட்டவர்களின் ஆதிக்கத்துக்கு எதிரான குரலாகவும் ஒலித்துக் கொண்டிருந்த சோவியத் ரஷ்யா எனும் மாபெரும் தேசமானது இனம், மொழி, கலாச்சாரத்தின் அடிப்படையில் பல நாடுகளாக சிதறிப் போய் காணாமல் போன தேசங்கள் பட்டியலில் இடம்பெற்றது.

வரலாறு இன்றி வரலாறு படைத்த
‘எஸ்தோனியா’

கி.பி 13ஆம் நூற்றாண்டு வரை எஸ்தோனியர்களின் வரலாறு குறித்த எந்த விவரமான குறிப்புகளும் இல்லை. இவர்களுக்கென தனியாக மன்னர்கள், ராஜ்யமென எதுவுமில்லை. கவிதை, கல்வெட்டு, கோயில், இலக்கியம், வேதம் என எதுவும் கிடையாது. 1201ஆம் ஆண்டு எஸ்தோனியாவை ஆக்கிரமித்தனர் ஜெர்மானியர்கள். பிற்காலத்தில் ரஷ்ய மன்னர்கள் இந்த நிலப்பரப்பை ரஷ்யப் பேரரசுடன் இணைத்தார்கள்.

முதலாம் உலகப் போரின்போது மீண்டும் எஸ்தோனியாவை ஜெர்மனி ஆக்கிரமித்தது. போர் முடிவில் மீண்டும் ரஷ்யாவிடம் சென்றது எஸ்தோனியா. இந்த நிலத்தையும், மக்களையும் ஆண்டவர்களே இந்த நாட்டின் வரலாற்றையும் எழுதினார்கள். எஸ்தோனியர்களுக்கு சம்பந்தமில்லாத மொழி, கலை, கலாச்சாரங்களைப் புகுத்தினர்.

ரஷ்யா இந்த நாட்டை ஆக்கிரமிப்பு செய்திருந்தபோது ரஷ்யர்களை இங்கே குடியமர்த்தியது. எதிர்த்துக் கேட்டவர்களை சைபீரிய பனிப்பாலை சிறைக்கு அனுப்பினார் ரஷ்ய அதிபர் ஸ்டாலின். இந்த நாட்டு மக்களை நிலத்தில் வேலை செய்ய

வைத்து, அவர்களின் உழைப்பைச் சுரண்டினர் ஜெர்மானிய நிலப் பிரபுக்கள். ரஷ்யர்களோ ஆட்சி அதிகாரமென எதிலும் முக்கியத்துவம் தராமல் அடக்கினர்.

ஜார் மன்னர்களின் கொடுங்கோல் ஆட்சிக்கு எதிராக ரஷ்யாவில் ஏற்பட்ட புரட்சியின் முடிவில் அங்கே சோஷியலிச பொதுவுடைமைக் கொள்கை முழங்கப்பட்டு, பல ஒன்றியங்களை இணைத்த சோவியத் யூனியன் எனும் நாடு உருவான பின்னர், எஸ்தோனியாவையும் தங்களுடைய சோவியத் சோஷியலிச ரிபப்ளிக்கின் அங்கமாக ஆக்கிக் கொண்டனர் ரஷ்யர்கள். இந்தியாவில் எப்படி பல மாநிலங்கள் இருக்கிறதோ. அதுபோல சோவியத் யூனியனின் ஒரு மாநிலம் போல எஸ்தோனியா இருந்தது.

1990ஆம்ஆண்டுகளில் சோவியத் யூனியன் முடிவுக்கு வந்த பொழுது, தன்னை தனி நாடாக, தைரியமாக உலகுக்கு அறிவித்தது எஸ்தோனியா என்பதாலேயே, இப்படியான தேசத்தைக் குறித்து அறியும் ஆவல் இயல்பாகவே ஏற்படுகிறது.

1201ஆம் ஆண்டு எஸ்தோனிய நிலைப்பரப்பைச் சுற்றி உள்ள அனைத்து நாடுகளின் ஒருங்கிணைந்த படையெடுப்பால் மெல்ல மெல்ல எஸ்தோனியா நாட்டு நிலப்பரப்பு ஆக்கிரமிப்புக்கு ஈடு கொடுக்க முடியாமல் தோற்றுப் போனது. பத்தொன்பது ஆண்டுகள் நடைபெற்ற இந்த ஆக்கிரமிப்பின் முடிவில் எஸ்தோனியாவின் நில உரிமைகள் அனைத்தையும் ஜெர்மானிய பிரபுக்களும், ராஜ விசுவாசிகளும் எடுத்துக் கொண்டனர். எஸ்தோனியர்கள் அனைவரும் 'serfs'களாக ஆக்கப்பட்டனர். 'செர்ஃப்' என்பது அன்றைய ஐரோப்பிய நிலப் பிரபுத்துவ கட்டமைப்பின் கீழ் அடிமைகளாக செயல்பட்ட நிலையைக் குறிக்கும். இவர்களுக்கு நிலத்தின் மீது உரிமை கிடையாது.

ஜெர்மானிய பிரபுக்களாலும், ராஜ விசுவாசிகளாலும் எஸ்தோனிய மக்கள் விவசாய அடிமைக் கூலிகளாக ஆக்கப்பட்டார்கள். மெல்ல கிறிஸ்துவ மதத்தையும் தழுவினார்கள். ஆட்சி அதிகாரம், நிர்வாகம் என அனைத்துமே

ஜெர்மானிய பிரபுக்களிடமே இருந்தது. தங்களின் நிர்வாக வசதிக்காக ஜெர்மானிய பிரபுக்கள் எஸ்தோனியாவில் புதிய நகரங்களை உருவாக்கினார்கள்.

அந்தக் காலகட்டத்தில் இன்றைய எஸ்தோனிய நிலப்பரப்பை 'லோவேனியா' என்று குறிப்பிட்ட ஜெர்மானியர்கள் அங்கே வாழ்ந்த எஸ்தோனிய பூர்வக் குடிகளை 'people of land, country' என்றே அழைத்து வந்தனர். இந்த நிலை 12ஆம் நூற்றாண்டு துவக்கத்திலிருந்து அடுத்த 700 ஆண்டுகள் வரையிலும் நீடித்தது. இந்த 700 ஆண்டுகளில் எஸ்தோனியா மீது டென்மார்க், ஸ்வீடன் மற்றும் ரஷ்யா ஆகிய நாடுகள் பலமுறை படையெடுத்திருந்தாலும், எஸ்தோனிய ஜெர்மன் நிலப்பிரபுக்கள் அந்நாட்டின் மீதான தங்களின் ஆதிக்கத்தை மட்டும் இழக்கவே இல்லை.

மேலும், இந்த 700 ஆண்டுகளில் ஜெர்மானியர்கள் தங்களுக்கு ஏற்ற வகையில் எஸ்தோனியாவை உருவாக்கினார்கள் எனலாம். அவர்களே இங்குள்ள நகரங்களையும், பல பண்ணைகளையும் உருவாக்கினார்கள். பள்ளிக்கூடங்கள், கல்லூரிகள் மற்றும் பல்கலைக்கழகங்கள் என்று பலவற்றை உருவாக்கினார்கள். ஒரு பக்கம் ஜெர்மானிய பிரபுக்கள் நகரங்களையும் அது சார்ந்த தொழில்களையும் முன்னெடுக்க, இன்னும் பலர் கிராமங்களையும், பண்ணைகளையும் உருவாக்கி எஸ்தோனியர்களின் உழைப்பை சரியாகப் பயன்படுத்திக்கொண்டனர். என்றாலும், தொழில் வளர்ச்சி, அறிவியல் வளர்ச்சிக்கு ஏற்ப எல்லாவித அரசியல் நிர்வாக முறைகளைப் போல் நிலப் பிரபுத்துவமும் மெல்ல மெல்ல தன்னை மாற்றிக்கொண்டே வந்தது.

ஆகவே, காலப்போக்கின் மாற்றங்களுக்கு ஏற்ப, உழைக்கும் எஸ்தோனியர்களுக்கு சில உரிமைகள் தரப்பட்டன. கிறிஸ்துவ பாதிரிகள் நிலத்தின் சொந்தக்காரர்களான எஸ்தோனியர்களுக்கு கல்வி அளிப்பதிலும், அவர்களை அடுத்த நிலைக்கு உயர்த்தவும் உதவி செய்தனர். கிடைத்த உரிமைகளை வைத்து ஜெர்மானியர்கள் உருவாக்கிய கல்விச் சாலைகள்

மற்றும் கல்லூரிகளை சிறப்பாகப் பயன்படுத்த ஆரம்பித்தனர் எஸ்தோனியர்கள்.

இப்படியாக, 700 ஆண்டுகள் அடிமைத்தனத்தில் இருந்து மெல்ல மெல்லக் கல்வி கற்று, எழுத்தறிவு பெற்ற மக்களாக எஸ்தோனியர்கள் மாற ஆரம்பித்தார்கள்.

பிரெஞ்சுப் புரட்சிக்குப் பிறகு, பல்வேறு மாற்றங்கள் ஐரோப்பா முழுக்க ஏற்படத் துவங்கியது. இதனால், பல புதிய தேசங்கள் உருவாகின. மொழி, கலாச்சாரம் என்கிற பெயரில் மக்கள் ஒன்றிணைந்து புதிய தேசங்களை உருவாக்கினார்கள். இப்படியாக, பல்வேறு தேசங்கள் இனம், மொழி என்கிற அடிப்படையில் புதிதாக உருவாகிக்கொண்டிருந்த வேளையில், எஸ்தோனியர்களோ எந்த அடையாளமும் இன்றி 'The Country People' என்றே அழைக்கப்பட்டு வந்தனர்.

இந்நிலையில் பண்ணைமுறை மெல்ல மெல்ல மாறியதால் கிடைத்த உரிமைகளை வைத்து கல்வியும், நிலங்களை உடைமையாக்கிக் கொள்ளவும் துவங்கிய எஸ்தோனியர்களிடையே, அடிமை முறையிலிருந்து மெல்ல மெல்ல சிறிய நடுத்தர வர்க்கம் உருவாக ஆரம்பித்தது. இந்த நடுத்தர வர்க்கத்து எஸ்தோனியர்கள் மற்ற ஐரோப்பிய நாடுகளில் நடக்கும் நிகழ்வுகளைக் கூர்ந்து நோக்கினார்கள். மொழியாலும், இனத்தாலும் ஒன்றாகிய தேசங்களின் வரலாறுகளைத் தெரிந்து கொண்டு, தங்களுக்கெனவும் ஒரு தேசம் இருக்கவேண்டிய அவசியத்தை உணர்ந்தார்கள்.

1857ஆம் ஆண்டு முதன் முதலாக எஸ்தோனிய மொழியில் செய்தித்தாள் பதிப்பிடப்பட்டது. அந்தச் செய்தித் தாளில், அதுவரை அழைத்து வந்த 'the country people' என்பதை நீக்கிவிட்டு 'எஸ்தோனியர்கள்' என்று எழுத ஆரம்பித்தனர். மெல்ல மெல்ல எஸ்தோனியா தேசம் என்கிற கனவு துளிர்விட ஆரம்பித்தது.

19ஆம் நூற்றாண்டு என்பது நவீன காலத்தின் தொடக்கம் என்பதால், அப்போது ஏற்பட்ட தொழிற்புரட்சி, அறிவியல்

வளர்ச்சிக்கு ஏற்ப, தங்களுடைய அடிமைத் தனத்திலிருந்து ஒட்டு மொத்த எஸ்தோனியர்களும் மெல்ல மெல்ல மீண்டு வந்தார்கள். அதுவரை வேளாண்மைச் சமூகமாக இருந்த எஸ்தோனியர்கள் நிலப் பிரபுத்துவ காலத்து அதிகார அடுக்குகளை எதிர்த்து உரிமையோடு குரல் கொடுக்கத் துவங்கினார்கள்.

குறிப்பாக, புதியதாக கல்வி கற்று, நில உரிமையைப் பெற்று, பொருளாதார ரீதியாக உயர்வைப் பெற்று வந்த புதிய எஸ்தோனிய நடுத்தர மற்றும் பணக்காரக் குடும்பங்கள், ஒட்டுமொத்த எஸ்தோனிய தேசத்து நிலங்களையும் ஒரே கூட்டமாக அமுக்காது, அதுவரையில் விவசாய அடிமைகளாக இருந்த பலரையும் விளை நிலங்களை வாங்கத் தூண்டினர். இதனால், மெல்ல மெல்ல ஜெர்மானியர்களிடமிருந்த நில உரிமையை விலை கொடுத்து தங்களதாக்கிக் கொண்டார்கள் எஸ்தோனியர்கள்.

இதனால், பல நூறாண்டுகள் அடிமைத் தனத்திலிருந்து மீண்ட எஸ்தோனியர்களின் முதல் தலைமுறைப் பட்டதாரிகள், கிறிஸ்துவ பாதிரியார்கள், நில உடைமையைப் பெற்றவர்கள், அரசு அதிகாரிகள், வியாபாரிகள், கலைஞர்கள் ஆகியோர் இணைந்து, தங்களுக்கென நவீன தேசம் உருவாக்கக்கூடிய பல செயல்களை முனைப்போடு செய்ய ஆரம்பித்தனர். முதல் கட்டமாக, அவர்களின் தேசத்தைக் கட்டுப்படுத்தி வரும் ரஷ்ய மற்றும் ஜெர்மன் நாடுகளுக்கு எதிராக தங்களின் எதிர்ப்புகளை பதிவு செய்யத் துவங்கினார்கள்.

இப்படி ரஷ்ய, ஜெர்மன் அதிகாரங்களை எதிர்ப்பதன் மூலம் எஸ்தோனியர்கள் அனைவரையும் ஒன்றுபடுத்தினர். இந்த எதிர்ப்பு நிலையில்தான் தங்களுக்கென கலை, கலாச்சாரம், பாரம்பரியம் அவசியமென உணர்ந்தனர். அடிமைத்தனமே அதுவரையிலான எஸ்தோனியர்களின் வரலாறாக இருந்தது. என்றாலும், ரோமானிய படையெடுப்புக்கு முன்னர், அடிமைத்தனமில்லாத சுதந்திர எஸ்தோனியா பண்டைய காலத்தில் இருந்தது என்பதைக் கட்டமைக்க ஆரம்பித்தனர்.

பண்டைய எஸ்தோனியாவைக் குறித்து எந்த வரலாற்றுச் சான்றுகளும் இல்லாத போதும் ஃபின்லாந்து போன்ற நாட்டில் இருந்த நாட்டுப் புறக் கதைகளைத் தழுவி, பண்டைய எஸ்தோனிய கனவைக் கட்டமைத்தனர்.

கேட்கவே ஆச்சரியமாக இருக்கும் விஷயம் என்னவென்றால், அவர்களது பண்டைய நாட்டுப் புறக் கதைகளை அப்போதைய எஸ்தோனியர்களே படைத்தனர். அடிமைத்தனமில்லாத எஸ்தோனிய மக்கள் ஒரு காலத்தில் சமத்துவமாகவும், மகிழ்ச்சியாகவும் வாழ்ந்தார்கள் என்பதை அனைவருக்கும் காட்ட வேண்டிய அவசியம் இருப்பதை உணர்ந்ததாலேயே அவர்கள் இதைச் செய்ய வேண்டியிருந்தது. அடிமைத்தனமில்லாமல், சாதிய அடுக்குகள் இல்லாத, ஒரு கடந்தகால வாழ்க்கை நமக்கும் இருந்தது என்பது முக்கியமல்லவா!

தங்களை அடிமைப்படுத்திய ஜெர்மானியர்கள் மீதும், ரஷ்யர்கள் மீதும் எஸ்தோனியர்களுக்கு அளவற்ற கோபம் இருந்தும், அந்தக் கோபம் தங்களின் வளர்ச்சியை எந்த விதத்திலும் பாதிக்காமல் பார்த்துக் கொண்டனர். நாடு முழுக்க எஸ்தோனிய தேசியச் சிந்தனைகளை வளர்க்கும் அமைப்புகளை உருவாக்கினர். தேசியக் கருத்துக்களை பாடலாக்கினார்கள். தங்களின் மகிழ்வான பண்டைய எஸ்தோனியாவைப் பாடல்களில் புகுத்தினர். எதிர்காலம் குறித்த அழகிய கனவுகளை கவிதைகளாக வடித்து பாடலாகப் பாடினார்கள். இவர்கள் கூடும் பொழுதெல்லாம் பாடினார்கள், பலவித பாடல்களைப் பாடினார்கள். பாடியே எதிர்த்தார்கள். பாடியே தேசிய உணர்வை எழுப்பினார்கள். பாடியே கூட்டம் சேர்த்தனர். பாடல்களாலேயே தேசத்தைப் புகழ்ந்தனர். எஸ்தோனியா பாடல்களின் தேசமானது.

அதுமட்டுமல்ல, கலை மற்றும் கலாச்சாரத்திலும் எஸ்தோனியர்கள் புரட்சி செய்தனர். அதையே தங்களின் விடுதலை அரசியலுக்கும், தேசிய அரசியலுக்கும் பயன்படுத்தினர்.

இந்த நிலையில் 1860ஆம் ஆண்டு முதன் முறையாகப் பாடல் பண்டிகை கொண்டாட்டம் ஒன்றை ஆரம்பித்தனர்

எஸ்தோனியர்கள். இதன் மூலமாக எஸ்தோனியாவின் பல பகுதிகளிலிருந்தும் மக்கள் ஒன்றாகக் கூடி பாடல்களைப் பாடி திளைத்தனர். முழுக்க முழுக்க எஸ்தோனிய தேசியம் பற்றிய பாடல்களைப் பாடியும், ஆடியும் தங்களது விடுதலைப் பயணத்தை இவர்கள் கொண்டாடுவதைப் பற்றிக் கேட்கும் போதும், படிக்கும் போதும் மிகவும் சிலிர்ப்பாக இருக்கும்.

1869ஆம் ஆண்டு ஆரம்பித்த இந்த பாடல் பண்டிகைக் கொண்டாட்ட விழா, 'The Song Festival' எனும் பெயரில் இன்று வரையிலும்எஸ்தோனியாவில்தொடர்ந்துநடைபெற்றுவருகிறது. அவர்கள் யாரையும் தூற்றிப் பாடவில்லை, யாரையும் எதிர்த்துக் கோஷம் போட்டுப் பாடவில்லை, யாரையும் வாழ்க, ஒழிக என்று பாடவில்லை. அவர்கள் செய்ததெல்லாம் ஒன்றாய்க் கூடி, ஒன்றாய் இணைந்து பாடினார்கள். மற்றதெல்லாம் அதுவாகவே நடந்தது. முடிந்தால் 'you tube'ல் எஸ்தோனிய பாடல் பண்டிகையைத் தேடி கேட்டுப் பாருங்கள்.

இந்நிலையில் ரஷ்ய மன்னராக மூன்றாம் அலெக்ஸாந்தர் பொறுப்பேற்ற பிறகு ஜெர்மானிய நிலப் பிரபுக்களுக்கு அளித்து வந்த சலுகைகளைப் படிப்படியாகக் குறைக்க ஆரம்பித்தார். மேலும், எஸ்தோனியாவிலிருந்த ஜெர்மானிய ஆதிக்கத்தைக் குறைக்கவும், அங்கே ரஷ்ய ஆதிக்கத்தை அதிகரிக்கக்கூடிய செயல் திட்டங்களையும் அறிமுகப்படுத்த துவங்கினார். இதன் மூலமாக ஜெர்மானிய நிலப் பிரபுக்களிடமிருந்து எஸ்தோனியர்களை விடுதலை செய்வதே தங்கள் நோக்கம் என நுழைந்த ரஷ்யர்கள், மெல்ல மெல்ல தங்களின் ஆதிக்கத்தை அங்கே அதிகப்படுத்தினர்.

இதன் காரணமாக, முக்கிய அதிகாரம் கொண்ட பதவிகளில் ரஷ்யர்களை அமர்த்தினார்கள். பள்ளிகள் துவங்கி கல்லூரிகள் வரை ரஷ்ய மொழிப் பாடங்களை அறிமுகப்படுத்தினர். எஸ்தோனியர்களை ஜெர்மானிய பிரபுக்களின் பிடியிலிருந்து விடுவிப்பது, எஸ்தோனியர்களை நவீனப்படுத்தி ரஷ்யாவோடு இணைப்பது எனும் நோக்கோடு எஸ்தோனியாவில் ரஷ்ய மயமாக்கல் நடைபெற்றது.

இதைத் தொடர்ந்து முதல் மற்றும் இரண்டாம் உலகப் போரின் பொழுது ஜெர்மனியாலும் ரஷ்யாவாலும் பலமுறை ஆக்கிரமிப்பு செய்யப்பட்டது எஸ்தோனியா. கம்யூனிஸ்ட் ரஷ்யாவாக விளங்கிய சோவியத் யூனியனின் ஓர் அங்கமாக்கப்பட்டு, தன்னுடைய சுயத்தை இழந்து நின்றது எஸ்தோனியா. ஒரு கட்டத்தில் தன்னுடைய சுய லாபத்திற்காக எஸ்தோனியாவை ஜெர்மானியர்களுக்குப் பலியாகவும் கொடுத்தது ரஷ்யா. என்றாலும், அனைத்து வகையான சுய அதிகார மறுப்பு செயல்களையும் முழு ஒற்றுமையோடு எதிர்கொண்டார்கள் எஸ்தோனியர்கள். ஒரு கட்டத்தில் ஆயுதப் போராட்டங்கள் மூலம் தன் சுய அதிகாரத்தை நிறுவும் முயற்சியிலும் ஈடுபட்டது எஸ்தோனியா. ஆனால், துப்பாக்கிகளைவிடவும் எஸ்தோனியர்களை ஒரே தேசமாக்கியது அவர்களின் பாடல்களே. ஒன்றாய் இணைந்து பாடியே தங்களுக்கான புதிய தேசத்தைப் படைத்தார்கள் எஸ்தோனியர்கள்.

இரண்டாயிரம் ஆண்டுகளாக, தங்களை ஆள்கிறவர் யாராக இருந்தாலும், எத்தனையோ இடர்பாடுகளுக்கு மத்தியிலே பிறந்து வளர்ந்திருந்தாலும், விடுதலை, நம்பிக்கை என்கிற அர்த்தம் புரியாமலேயே பல நூறு ஆண்டுகளாக வாழ்ந்திருந்தாலும், தங்களை ஆண்டவர்கள் அவர்களுடைய மொழியாலும், மதத்தாலும், தத்துவத்தாலும், படைகளாலும், அதிகாரத்தாலும் தங்களை அடக்கி ஆண்டிருந்தாலும், ‘நாம் எஸ்தோனியர்கள்’ என்கிற உணர்வை மட்டும் அவர்கள் இழக்கவே இல்லை. இந்த உணர்வை அவர்களிடமிருந்து எடுக்கவே முடியாது தோற்றுப் போனார்கள் ஆட்சியாளர்கள்.

2000 ஆண்டுகள் அடிமைகளாக இருந்த எஸ்தோனியர்கள் இன்று உலகின் அனைத்துத் துறைகளிலும் தலை சிறந்து விளங்கும் எஸ்தோனியா எனும் நாட்டை உருவாக்கி, உலகுக்கு ஆச்சர்யத்தைக் காட்டியுள்ளனர்.

தேசம் என்பது வெறும் நிலப் பரப்பு மட்டுமல்ல. தேசம் என்பது ஆட்சி அதிகாரமும் இல்லை. அது ஒரு கூட்டத்தினர் நம்பும் கனவு.

‘போட்ஸ்வானா’

ஆப்பிரிக்காவின் வைரம்

‘வளம் மிக்க தேசங்கள் சபிக்கப்பட்டவை’ என்பார்கள். மண்ணுக்கடியில் இருக்கும் தாது வளங்கள், எண்ணெய் வளங்கள் போன்றவை அளவுக்கு மீறி ஒரு நாட்டில் இருந்தால், அந்த வளங்களே அந்த நாட்டிற்கு சாபமாகி, வளப் போட்டிக்குள் சிக்கி, அந்த நாட்டு மக்கள் துயரப்படுவார்கள் என்பதே ஆப்பிரிக்கக் கண்டத்தில் உள்ள பல தேசங்களின் வரலாறு.

இயற்கை வளங்கள், அதிலும், வைரங்கள் மிகுதியாகக் கிடைக்கும் நாடான போட்ஸ்வானா, ஆப்பிரிக்க நாடுகளிலேயே மிகவும் முன்னேறிய நாடாக, ஜனநாயக நாடாக, அமைதியான நாடாக, மக்கள் தங்கள் விருப்பப்படி வாழக்கூடிய நாடாகத் திகழ்வது எப்படி? ஆப்பிரிக்காவின் மின்னும் ஒற்றை வைரமானது எப்படி என்பதைப் பார்ப்போம்!

தென் ஆப்பிரிக்காவுக்கு மேற்கே அமைந்திருக்கும் போட்ஸ்வானாவை, ஜிம்பாப்வே, ஜாம்பியா, நமீபியா ஆகிய நாடுகள் மற்ற திசைகளில் சூழந்திருக்கின்றன. நான்கு திசைகளிலும் வெவ்வேறு நாடுகள் சூழ்ந்திருக்க, உலகிலே வைரம் அதிகமாகக் கிடைக்கும் நாடு மட்டுமல்ல, இன்னும்

பல வளங்களும் கொட்டிக் கிடக்கும் நாடாகத் திகழும் போட்ஸ்வானா, வளச் சண்டையில் சிக்கி, சின்னா பின்னமாகிப் போகாமல், தன்னுடைய வளத்தையே எப்படி வரமாக்கிக் கொண்டது? அதற்கான ரகசியம் என்ன? ஏன் இங்கு இனப் பகைகளும், ராணுவ சர்வாதிகாரமும் தலைதூக்கவில்லை. பல்வேறு அரசியல் கட்சிகளைக் கொண்ட ஜனநாயக நாடாக 60 ஆண்டுகளாகத் திகழ்வது எப்படி? வறுமையும், நோயும், ஏகே 47களும் பரவலாகிப்போன ஆப்பிரிக்கக் கண்டத்தில், இந்த நாடு மட்டும் மின்னும் வைரமானது எப்படி?

ஆங்கிலேய காலனி நாடாக இருந்த போட்ஸ்வானா, சுதந்திரம் பெற்ற போதே எதிர்காலத்தில் மற்ற ஆப்பிரிக்க நாடுகளைப்போல் சின்னாபின்னமாக போகக்கூடிய எல்லாவிதமான சாத்தியங்களோடுதான் இருந்தது. ஆங்கிலேயர் ஆட்சியின்போது போட்ஸ்வானாவில் முக்கியமான எட்டு இனக் குழுக்களே பிரதான குழுக்கள். அவர்களுக்கே போட்ஸ்வானா சொந்தம் என்கிற நடைமுறையும் நிலவியது. அதே நடைமுறையை சுதந்திரத்திற்குப் பிறகு தன்னுடைய அரசியல் சாசனத்திலும் இணைத்தே புதிய நாட்டை உருவாக்க ஆரம்பித்தார்கள்.

இந்த எட்டு பெரிய இனக் குழுக்களைத் தவிர்த்து, இன்னும் பல சிறுபான்மை இனக் குழுக்கள் போட்ஸ்வானாவில் இருந்தபோதும், பெரும்பான்மையாக இருந்த அந்த எட்டுக் குடிகள், தங்கள் குடிகளுக்கு மட்டுமே முதன்மையான அங்கீகாரம் கொடுத்தது. இதனாலேயே போட்ஸ்வானா சமூகத்தில் இனக் குழுக்களிடையே போட்டியும், பொறாமையும், கலவரங்களும் மற்ற ஆப்பிரிக்க நாடுகளைப் போல உருவாகியிருக்க வேண்டும். ஆனால், உருவாகவில்லை.

உலகம் முழுக்க காலனி ஆதிக்கம் முடிந்த காலத்தில், ஐரோப்பியர்களுக்கு அடிமைகளாக இருந்த தேசங்கள் யாவும் ஒவ்வொன்றாகத் தங்களுடைய சுதந்திரத்தைப் பெற ஆரம்பித்தன. இப்படி ஐரோப்பியர்களிடமிருந்த அதிகாரத்தைப் பெற்ற

குழுக்கள், தங்கள் நாட்டைத் தங்களது இனக் குழுவின் கலை, கலாச்சாரம், மொழிகளுக்கு முக்கியத்துவம் கொடுத்து, ஒரே கலாச்சாரம், ஒரே மொழி என்கிற ஒற்றைத் தன்மை கொண்ட நாடாக ஆக்கவே விரும்பினர். ஒற்றைத் தன்மை என்பதே கிட்டதட்ட அனைத்து காலனி நாடுகளின் முனைப்பாக இருந்தது. ஒரே மொழி, ஒரே கலாச்சாரம் கொண்ட நாடு பலமான நாடாகவும் இருக்கும் என்கிற நம்பிக்கையை இது முன் வைத்தாலும், பெரும்பாலும் இப்படியான ஓர் இனக் குழுவின் ஒற்றை மயமாக்கல் முயற்சியே பல ஆப்பிரிக்க நாடுகளில், எதிர்ப்புகளையும், போட்டிகளையும், போர்களையும் கொண்டு வந்தது என்பது வரலாறு.

இதே போன்ற ஒற்றை மயத்தைத்தான் போட்ஸ்வானா தலைவர்களும் தங்கள் நாட்டில் கொண்டு வர முயற்சித்தார்கள். மற்ற நாடுகளைப் போல அது எதிர்ப்பும், போராட்டமும், சண்டையுமாக போட்ஸ்வானாவில் உருவாகியிருக்கவேண்டும். ஆனால், உருவாகவில்லை.

ஆப்பிரிக்க நாடுகளைத் தங்களின் காலனி நாடுகளாக சிறை பிடித்த ஐரோப்பிய நாடுகள், தங்கள் ஆதிக்கத்துக்கு உட்பட்ட அந்த நாடுகளையெல்லாம் குறுக்கும் நெடுக்குமாக செவ்வனே அளந்து, அங்கே புதைந்து கிடந்த பல்வேறு வளங்களை ஓடி ஓடி ஆராய்ந்து கண்டுபிடித்தனர். எங்கே செம்பு, எங்கே இரும்பு, எங்கே வைரம், எங்கே தங்கமென ஆப்பிரிக்க பூமியெங்கும் துளையிட்டுக் கண்டு பிடித்து, அவ்வளங்களைத் தங்களால் முடியும் மட்டும் சுரண்டினர்.

படிப்பறிவு இல்லாமல், காடுகளில் வேட்டைச் சமூகமாகவும், கால்நடைகளை ஓட்டித் திரியும் நாடோடிச் சமூகமாகவும், தற்சார்பு சமூகமாகவும், அங்கும் இங்கும் வேளாண்மை செய்து வாழ்ந்து வந்த ஆப்பிரிக்க தேசத்து மக்களின் நிலங்களில் இருந்த வளங்களை தேவையான வரைக்கும் சுரண்டியெடுத்த பின்னர், எந்தெந்த இடங்களில் இன்னமும் வளங்கள் உள்ளன, எந்தெந்த இடங்களில் அந்த வளங்கள் இன்னமும் கொட்டிக் கிடக்கின்றன

என்பதையெல்லாம் காட்டிக் கொடுத்துவிட்டுதான், காலனி தேசங்களுக்கு விடுதலை கொடுத்துவிட்டுச் சென்றார்கள் ஐரோப்பியர்கள். போட்ஸ்வானாவிலும் அப்படியே. வைரங்கள் போட்ஸ்வானாவில் எங்கு, எவ்வளவு கிடைக்கும் போன்ற விபரங்களை போட்ஸ்வானா மக்களுக்கு காட்டிவிட்டுத்தான் ஆங்கிலேயர்கள் சென்றார்கள்.

ஐரோப்பியர்களின் அரைகுறை புரிதலாலும், ஒரு சார்பு நிலையாலும் எல்லாக் காலனி நாடுகளுக்கும் தனது அண்டை நாடுகளோடு ஏதாவது எல்லைப் பிரச்னைகள் இருக்கும். காலனி ஆதிக்கத்திலிருந்து விடுபட்டுக்கொண்டாலும், இந்த எல்லைப் பிரச்னைகள் தொடர்ந்தன. இதன்படி, போட்ஸ்வானாவுக்கும் தென் ஆப்பிரிக்காவிற்கும் இடையே எல்லைத் தகராறு இருந்தது. ஆனால், மற்ற நாடுகளைப் போல் அல்லாமல் போட்ஸ்வானாவிற்கான இந்த எல்லைத் தகராறு, அந்த நாட்டின் வளர்ச்சியையோ, அரசியலையோ பாதிக்கவில்லை.

ஆதி காலம் தொட்டு மரபு ரீதியாக இருந்து வந்த மத நம்பிக்கைகளை குலைத்துப் போட்ட ஐரோப்பிய காலனி ஆதிக்கம், தங்கள் ஆளுகைக்குள் இருந்த காலனி நாடுகளுக்குள் கிறிஸ்துவத்தைக் கொண்டு வந்த காரணத்தால், காலனி ஆதிக்கத்தின் கீழ் இருந்த நாடுகளில் இன்று வரையிலும் மதங்களை வைத்து பிரச்னைகள் இருக்கும். ஐரோப்பிய நாடுகளின் காலனி ஆதிக்கத்திற்கு முன்பு வரை ஒரே மாதிரியான கடவுள் நம்பிக்கையுடன் இருந்த மக்கள், காலனி ஆதிக்கத்திற்குப் பிறகு ஏற்பட்ட புதிய மத நம்பிக்கையால், அவர்களுக்குள் இருந்த உறவின் நெருக்கத்தை இழக்க நேரிட்டது. போட்ஸ்வானாவிலும் அப்படியே நிகழ்ந்தது. பலர் இங்கே கிறிஸ்துவத்தைத் தழுவினர். சிலர் பாரம்பரிய மதத்திலே இருந்தனர். இது, அதுவரை நடைமுறையிலிருந்த ஒரே மாதிரியான கலாச்சார உறவில் மாறுதலைக் கொண்டு வந்தது.

காலனி நாடுகள் ஐரோப்பியர்களிடமிருந்து விடுதலை பெற்றாலும், விடுதலை பெற்ற நாடுகளில் உள்ள பெரும்பான்மை

மொழி, மத, இனக் குழுவினரே அந்தந்த நாடுகளின் அதிகாரங்களைக் கைப்பற்றினார்கள். அப்படிக் கைப்பற்றிய அதிகாரங்களைக் கொண்டு எப்படி ஐரோப்பியர்கள் தங்களின் நாட்டை சக்கையாக்கினார்களோ அதே முறையை இவர்களும் தொடர்ந்தார்கள் என்பதுதான் வரலாறு.

ஆங்கிலேயர்களிடமிருந்து விடுதலை பெற்ற பிறகு போட்ஸ்வானாவின் அதிகாரங்கள் அங்குவசித்தபெரும்பான்மை இனக் குழுவினரிடமே சென்றது. மேலும், காலனி ஆதிக்கத்தில் இருந்த பல நாடுகள் போலவே வறுமையிலும் வெறுமையிலும், கல்வி அறிவு, தொழில் கட்டுமானம் என ஏதுமின்றி உலகிலேயே மூன்றாவது ஏழை நாடாகத்தான் இருந்தது போட்ஸ்வானா.

இந் நிலையில்தான் போட்ஸ்வானாவின் முதல் பிரதமர் சிரிட்ஸ் சீகாமா (Seretse Khama), அந்த நாட்டை அனைவரும் வாழத் தகுந்த, அனைவரும் சம உரிமையோடு முன்னேறக் கூடிய நாடாக உருவாக்கினார். ‘அவன் வெள்ளை, இவன் கருப்பு, அவன் அந்தச் சமூகம், இவன் இந்தச் சமூகம்’ என்கிற பாகுபாட்டை விட்டொழித்து, ‘அனைவருக்குமான விடுதலை இது’ எனக் கூறி, சிறுபான்மையினர் தங்களின் வாழ்வாதாரம் குறித்து எந்தவித பயமும் இல்லாமல் பெரும்பான்மையினரோடு இணைந்து கொள்ளக்கூடிய சூழலை உருவாக்கினார் சிரிட்ஸ் சீகாமா. இதனாலேயே பெரும்பான்மை குறித்த எந்தப் பயமும், சந்தேகமுமின்றி இருந்தனர் போட்ஸ்வானாவில் உள்ள மற்ற இனக் குழுவினர். இந்த அருமையான துவக்கமே போட்ஸ்வானாவின் முன்னேற்றத்திற்கும் அமைதிக்கும் அதி முக்கியக் காரணம் என்று சொல்லமுடியும்.

சிரிட்ஸ் சீகாமா ஓர் அற்புதமான தலைவர். தன்னுடைய தேசத்தைக் காதலித்தவர். இவர் போட்ஸ்வானாவின் ராஜ பரம்பரையின் வாரிசு என்பது குறிப்பிடத்தக்கது.

போட்ஸ்வானா ஆங்கிலேயர்களின் காலனி நாடாக இருந்தபோது, இங்கிலாந்துக்குச் சென்று வழக்கறிஞர் பட்டம் படித்தவர் சிரிட்ஸ் சீகாமே. இவர் இங்கிலாந்தில் இருக்கும்

போது ரூத் எனும் ஆங்கிலேய பெண்ணைக் காதலித்து திருமணம் செய்து கொண்டார். வெள்ளையர் கருப்பர் என்கிற பாகுபாடுகள் கொழுந்து விட்டு எரிந்த காலம் அது. ‘இனப் பாகுபாடு’, ‘இன ஒதுக்கல்’ என இன வெறிக் கொள்கைகள் போட்ஸ்வானாவின் அண்டை நாடுகளில் இருந்துவந்த காலம் அது. கருப்பர்களுக்குத் தனி இடம், வெள்ளையர்களுக்குத் தனி இடம். ரயிலில் முதல் வகுப்பில் கருப்பர்கள் பயணம் செய்யத் தடை என எல்லா இடங்களிலும் நிற வெறிக் கொள்கை நடைமுறையில் இருந்து தாண்டவமாடிய காலம் அது.

இந்தச் சூழ்நிலையில்தான் சிரிட்ஸ் சீகாமா ஆங்கிலேய பெண்ணைத் திருமணம் செய்து கொண்டார். எனவே, இவர்களின் திருமணம் என்பது இனவெறிக் கொள்கைக்கு எதிராக இருந்ததால், அப்போதைய ஆதிக்க ஆங்கிலேய அரசின் எதிர்ப்புக்கும், தங்களை அடிமையாக்கி ஆளுகின்ற வெள்ளையர்களில் ஒரு பெண்ணைத் தங்கள் மன்னர் திருமணம் செய்து கொண்டார் என்பதால், போட்ஸ்வானா மக்களின் எதிர்ப்புக்கும் ஆளானார்.

அடிமையான தேசத்தை வலிமையாக்க வேண்டுமென்கிற கடமையும், தன்னுடைய திருமணத்தால் உருவான பல்வேறு அரசியல் சிக்கல்களையும் மிக லாவகமாக, அமைதியாக, தொடர் பேச்சுவார்த்தைகள் மூலமாக திறன்பட செயல்பட்டு, தன் நாட்டு மக்களிடம் நம்பிக்கையைப் பெற்று மன்னரானார் சிரிட்ஸ் சீகாமா.

என்றாலும், இவர் மன்னராகவும் இனத் தலைவராகவும் பொறுப்பேற்ற பிறகு போட்ஸ்வானாவில் இருந்து வந்த மன்னராட்சி முறையை இவரே ஒழித்து, சமாதி கட்டி, புதிய ஜனநாயக முறைக்கு போட்ஸ்வானாவை மாற்றினார். அதனால்தான், முதல் பொதுத் தேர்தலில் வெற்றி பெற்று சாகும் வரை எல்லாத் தேர்தலிலும் வெற்றி பெற்று, மக்களின் நம்பிக்கைக்கு உரிய ஜனாதிபதியாகப் பணியாற்றினார் சிரிட்ஸ் சீகாமா.

“போட்ஸ்வானாவின் வளங்கள் அனைவருக்கும் பொது. எல்லோருக்கும் அதில் உரிமை உண்டு” என செயல்படுத்தினார் சிரிட்ஸ் சீகாமா. அது மட்டுமின்றி எந்த நாட்டிலும் இல்லாத வகையில் மன்னராட்சி முறையிலும்/ நிலப் பிரபுத்துவ காலத்திலும் இயங்கிக் கொண்டிருந்த இனக் குழு ஆட்சி முறையை முற்றிலும் ஒழிக்காமல், அதே நேரத்தில் அப்படியே எடுத்துக் கொள்ளாமல், மிக நுணுக்கத்தோடும், எதிர்காலங்களைக் கணக்கிலெடுத்தும், மிக அழகான அரசியல் அமைப்பு முறையையும், நீதிமன்றங்களின் அமைப்பு முறைகளையும் உருவாக்கினார்.

நிலப் பிரபுத்துவ காலம் என்பது மிக மோசமான காலம். அது மனிதர்களை ஆள்பவன் – அடிமை என்கிற பாகுபாட்டோடு வைத்திருந்தது உண்மைதான். ஆனால், இந்த அடிமைத்தனத்தைத் தவிர்த்து பல உன்னதமான விஷயங்கள் இருந்தன அக்காலத்தில். குறிப்பாக உறவு முறைகளும், பிரச்னைகளைத் தீர்க்கும் முறைகளும், இயற்கைக்கும் மனிதனுக்கும் உள்ள உறவு குறித்த புரிதல்களும் இக்காலத்தை விட நில பிரபுத்துவ காலத்தில் சிறப்பாக இருந்திருக்கிறது என்றே சொல்ல முடியும்.

இனக் குழு உணர்வு (Tribalism) என்பது மனிதர்களின் ஆதி உணர்வுகளில் ஒன்று. கொஞ்சம் யோசித்துப் பாருங்கள், ஆதி காலத்தில் தன்னைவிட பலமும், வேகமும் கொண்ட பல்வேறு மிருகங்கள் வாழ்ந்த அடர்ந்த காட்டுக்குள் வாழ்ந்து, அந்தச் சூழலில் மிருகங்களை எதிர்த்துப் போராடிய மனிதர்களுக்கு அந்த வெற்றி எப்படிச் சாத்தியமானது? காரணம், இயற்கையாகவே அமைந்த இந்த இனக் குழு உணர்வுதான், அந்தச் சூழலை எதிர்த்து அவனை வெற்றி பெற வைத்திருக்க வேண்டும் என்கிறார்கள் ஆராய்ச்சியாளர்கள். இன்றும் இந்த இனக் குழு உணர்வுதான் என் நாடு, என் தேசம், என் மொழி, என் மதம், என் சாதி, என் ஊர் என்கிற உணர்வுக்கு அடிப்படையாகத் திகழ்கிறது.

உலகில் எந்த மிருகத்திற்கும் இல்லாத குணம் மனிதர்களுக்கு உண்டு. தனக்கு அருகில் இருக்கும் மனிதனின் பெயர், முகவரி,

ஊர் எதுவும் தெரியாவிட்டால் கூட, அவன் தன்னுடைய மதத்தைச் சார்ந்தவன், தன்னுடைய சாதி, தன்னுடைய இனத்துக்காரன், தன்னுடைய மொழிக்காரன் என்கிற உணர்வு இருந்தால், அந்த மனிதனோடு இன்னொரு மனிதனால் எளிதாகக் கூட்டுச் சேர்ந்து கொள்ளமுடியும். இன, மொழி, சாதி, மதங்கள் எல்லாமும் கற்பிதங்களே என்றாலும், இந்தக் கற்பிதங்களை வைத்துதான், தனக்கு அருகில் இருக்கிறவனின் முகவரி தெரியாவிட்டால்கூட ஒன்றிணைந்து செயல்பட முடிகிறது மனிதர்களால். அதாவது, எளிதில் விட்டுவிட முடியாத உணர்வு இது.

சாதி அல்லது மதம் அல்லது மொழி அல்லது எதாவது கொள்கை என ஏதாவது ஒரு கற்பிதங்களை முன்னிறுத்தி, தனக்கு உகந்த இன்னொரு மனிதனோடு இணைந்து கொள்வான் மனிதன். கற்பிதங்களின் நாயகன் மனிதன்.

போட்ஸ்வானா மக்களிடையே இருந்த இப்படியான இந்த இனக் குழு உணர்வைச் சிதைக்காமல், அதே நேரத்தில் அவர்கள் அனைவரையும் ஒருங்கிணைத்து போட்ஸ்வானா என்கிற நாட்டை உருவாக்குவதற்கும், வளப்படுத்துவதற்கும் அந்நாட்டு மக்களை மிக லாவகமாகப் பயன்படுத்தினார் சிரிட்ஸ் சீகாமா.

தங்களை ஒருங்கிணைக்கவும், நிர்வகிக்கவும், தங்களுக்கு இடையேயான சண்டை சச்சரவுகளைத் தீர்க்கவும் பன்னெடுங் காலமாக நம்மூர் நாட்டாமை பஞ்சாயத்துகள் போன்ற ஒரு முறையை வைத்திருந்தனர் போட்ஸ்வானியர்கள்.

நம்மூர் நாட்டாமை மற்றும் கிராமப் பஞ்சாயத்துகளை விட இன்னும் செறிவோடு, அனைவருக்கும் சம நீதியோடு போட்ஸ்வானாவில் செயல்பட்டு வந்த 'கோத்லா' (Ghotla) எனும் அமைப்பை முற்றிலும் நீக்காமல், அதிலிருக்கும் சமநீதி, அனைவருக்கும் பொதுவான ஜனநாயக உணர்வைப் புத்திசாலித்தனமாகப் பயன்படுத்திக்கொண்டது போட்ஸ்வானா. இந்த கோத்லா எனும் பஞ்சாயத்து முறை போட்ஸ்வானாவின் அமைதிக்கும், ஜனநாயக உணர்வுக்கும்,

இனக் குழுக்களிடையே நிலவும் பரஸ்பர நம்பிக்கைக்கும் அச்சாணியாக அன்றும் இன்றும் திகழ்கிறது.

கோத்லா அமைப்பின் தலைவரைத் தேர்ந்தெடுக்கும் முறை பழங்கால வாரிசு முறையில், வம்சாவளி முறையில் இருந்ததை மாற்றி, அரசாங்கமே கோத்லா அமைப்பின் தலைவரைத் தேர்ந்தெடுக்கும் முறைக்கு கொண்டு வந்தனர். மேலும், ஒவ்வொரு இனக் குழுக்களின் தலைவர்களுக்கென பாராளுமன்றத்தில் மேல்சபை ஒன்றை உருவாக்கி, அங்கு அவர்களுக்கு இடம் கொடுத்து, நாட்டு நிர்வாகத்தில் ஆலோசனைகள் மட்டும் சொல்லக் கூடிய பொறுப்பையும் வழங்கினர்.

ஒரு பக்கம் தேர்தல் நடத்தப்பட்டு, அதன் மூலமாக வெற்றி பெறுகிற அதிகாரத்தோடு கூடிய ஆளும் முறை. மற்றும் அதோடு இணைந்து பயணிக்கும் இனக் குழு தலைவர்களின் ஆலோசனை முறை என இரட்டை நிர்வாக அமைப்பை உருவாக்கினர். மேலும், கோத்லா நீதிமன்றம் போல், அரசியலைமைப்புக்கு உட்பட்டு செயல்படும் நீதிமன்றங்களையும் உருவாக்கினார்கள்.

போட்ஸ்வானாவில் இரண்டு நீதிமன்றங்கள். சின்னத் திருட்டு, சண்டை, சிவில் வழக்குகள் அனைத்துக்கும் கோத்லாவில் நம்மூர் நாட்டாமை பஞ்சாயத்து மாதிரி தீர்ப்பு வழங்கப்படும். இந்தத் தீர்ப்பில் நியாயமில்லை என்று நினைத்தால் நம்மூர் போல நீதிமன்றத்தை அணுகலாம். அதாவது பழமை மாறாது. அதே நேரத்தில் பழமையில் இருந்த வம்சாவழி, ராஜ பரம்பரை, ஆண்ட பரம்பரை என்கிற சுரண்டல் முறையை மட்டும் ஒழித்து விட்டு, கோத்லா போன்ற பாரம்பரியமான நிர்வாக முறைகளைத் தொடர்ந்தனர். இந்த வகையில் போட்ஸ்வானா மற்ற நாடுகளைக் காட்டிலும் வித்தியாசமான அணுகுமுறையை மேற்கொண்டது.

கோத்லாவைப் பொருத்தமட்டில் அங்கே அனைவரும் சமம். எல்லோருக்கும் வாய்ப்புண்டு. யாரையும் ஒதுக்கக்கூடாது என்கிற பாரம்பரிய முறை தொடர்ந்தது. எவ்வளவு பிரச்னைகள் எந்த வடிவத்தில் இருந்தாலும், கோத்லாவில் சென்று முறையிட

முடியும். அதில் நியாயம் கிடைக்கும் என்கிற நம்பிக்கையைத் தொடர்ந்து அழியாமல் பாதுகாத்து வருகின்றனர் அந்த நாட்டு மக்கள்.

இன்றைய போட்ஸ்வானாவின் முன்னேற்றத்திற்கும், வளர்ச்சிக்கும், அமைதிக்கும், இந்த கோத்லா முறை முக்கியப் பங்கு வகிக்கிறது எனக் கருதுகிறார்கள் ஆராய்ச்சியாளர்கள். பாராளுமன்றமும், சட்டசபைகளும், தேர்தல்களும் மட்டுமே ஜனநாயக உணர்வைக் கொண்டு வந்து விடுமா என்ன?. அது எப்படிச் செயல்படுகிறது என்பதே முக்கியம் என்பதற்கு போட்ஸ்வானாவின் அரசியல் மற்றும் நீதி அமைப்பு முறை நல்ல உதாரணம்.

ஆங்கிலேயர்கள் போட்ஸ்வானாவுக்கு விடுதலை அளித்தபோது, அந்த நாட்டில் இருந்தது வெறும் 12 கிலோ மீட்டர் தார் ரோடும், 22 பட்டதாரிகளும் மட்டுமே. இப்படி ஒன்றுமே இல்லாத நிலையில் ஆங்கிலேயர்கள் உருவாக்கிய அரசாங்க நிர்வாக முறையைப் பின்பற்ற வேண்டிய அவசியமில்லாமல் போனது போட்ஸ்வானாவுக்கு நல்ல வரமே. எனவே, தங்களின் மரபைத் தொட்டு, நவீன அரசாங்க நிர்வாக முறைகளுக்குத் தேவையான பல்வேறு துறைகளை ஏற்படுத்தி, அதைத் தங்களின் மரபுக்கு ஏற்ற ஜனநாயகத் தன்மையோடும், சுய உரிமையோடும் செயல்பட வைக்க முடிந்ததே போட்ஸ்வானாவின் அமைதியான வளர்ச்சிக்கு வித்திட்டது என்கின்றனர் அறிஞர்கள்.

இப்படியான துறைகளை உருவாக்கியதால், அத் துறைகள் மூலம் இரண்டு செயல்களை மிகச் சிறப்பாக செய்துள்ளார்கள் போட்ஸ்வானியர்கள். அதாவது தனி நபர் சொத்துக்களுக்கு முழுப் பாதுகாப்பு. மேலும், சமூகத்தில் இருக்கும் அனைவரும் தங்களுக்கு விருப்பமான தொழிலில் தைரியமாக முதலீடு செய்து, அதன் மூலம் தங்களை வளர்த்துக் கொள்ளும் சூழலை உருவாக்குதல். ஆக, இந்த விஷயங்களையும் செம்மையாக, நேர்த்தியாக, கவனமாக நடத்தியிருக்கிறார்கள் போட்ஸ்வானியர்கள். இந்த இரண்டும் வேறு ஒன்றுமில்லை,

ஆங்கிலேய ஐரோப்பிய அடக்கு முறையின் பொழுது இல்லாதது. அவ்வளவுதான்.

இன்று ஐரோப்பிய நாடுகளின் தாக்கம் எதுவும் இல்லாமல், தங்கள் நாட்டை மிக அழகாக கட்டமைத்து, வளம் மிக்க நாடாக வளர்த்தெடுத்துவிட்டார்கள் போட்ஸ்வானியர்கள். அதே நேரத்தில் பல்வேறு துறைகளில் சுய அதிகாரம் இருந்த போதும், அவற்றைச் சரியாகக் கண்காணிக்க, ஒருங்கிணைக்க அதிகாரமும் திறனும் கொண்ட மத்திய அரசாங்கமும் போட்ஸ்வானாவில் இருக்கிறது.

இதன் மூலமாக, போட்ஸ்வானாவின் மரபும் கலாச்சாரமும் தங்கள் நாட்டை வளப்படுத்த, போரைத் தவிர்த்து உரையாடல் மூலமாகவும் பேச்சுவார்த்தை அரசியல் மூலமாகவுமே பிரச்னைகளைத் தீர்க்க முடியும் என்பதை உணர்ந்து செயல்பட்டிருக்கிறது என்பதை அறிய முடிகிறது.

இது மட்டுமல்லாது, ஊரை விட்டுத் தள்ளி வைக்கிறேன், சாதியை விட்டு ஒதுக்கி வைக்கிறேன், அன்னம், தண்ணி புழங்கக் கூடாது என்று யாரையும் சமூகத்தை விட்டு தனிமைப்படுத்தும் முறைகளும் அங்கே இல்லை. நம்மூரில் சாதி என்பதை வைத்து நிலம், வளத்திலிருந்து ஒரு குழுவை எளிதாக ஓரம் கட்டி வந்திருக்கிறார்கள் என்பது நம் வரலாற்றைப் படித்துப் பார்க்கும் பொழுது தெரிகிறது. இந்தியா முழுவதும் சாதியை வைத்து குறிப்பிட்ட மக்களை அடிமைப்படுத்த முடிந்திருக்கிறது. இப்படி அடிமைப்படுத்துவதால் நிலத்திற்கும் வளத்திற்கும் நடக்கிற போட்டி எளிதாகும். போட்டி போடுகிற ஆட்களின் எண்ணிக்கையும் குறைந்துவிடும் அல்லவா?

நில உரிமையும், நில உரிமைக்கான பரவலும் ஒரு நாட்டின் வளர்ச்சிக்கு முக்கிய அம்சமாகும். போட்ஸ்வானாவில் நில உரிமையையும், நிலப் பகிர்தலையும் மிகச் சரியாகச் செய்திருக்கிறார்கள்.

என்றாலும், இத்தனை பெருமைக்குரிய போட்ஸ்வானா நாடு இன்று புதிய சவால்களைச் சந்தித்துக் கொண்டிருக்கிறது.

ஆப்பிரிக்காவின் வைரமான போட்ஸ்வானாவின் அரசியல் இப்பொழுது புதிய மாற்றத்தை நோக்கிப் பயணிக்க ஆரம்பித்திருக்கிறது. அங்கு வாழும் சிறுபான்மை இனக் குழுவினர் தாங்கள் ஒடுக்கப்படுவதாக உணர ஆரம்பித்திருக்கிறார்கள்.

போட்ஸ்வானாவில் எட்டு முக்கிய இனக் குழுக்களுக்கு மட்டுமே மேல் சபையில் தலைமைப் பதவி என்பதை இந்தக் கட்டுரையின் துவக்கத்தில் பார்த்தோம் அல்லவா! போட்ஸ்வானாவின் அதிகாரத்தை ஆங்கிலேயர்களிடமிருந்து பெற்ற பெரும்பான்மையான எட்டு இனக்குழுக்கள்தான் இவை.

காலனி ஆதிக்கத்திலிருந்து விடுபட்டு தனி நாடாக மாறும் பொழுது, யார் அதிகாரத்தைக் கைப்பற்றினார்களோ அவர்களின் ஆதிக்கம் மற்ற இன, மொழி பேசும் குழுக்களிடையே தொடர்ந்து முனுமுனுப்பையும் சந்தேகத்தையும் ஏற்படுத்திக் கொண்டே இருக்கும். இதுபோன்ற முனுமுனுப்புகள்தான் ஒரு தேசத்தின் ஒற்றுமையைக் குலைத்து, அத்தேசம் முழு ஆற்றலோடு இயங்கும் தன்மைக்கு தடைக் கல்லாக விளங்கி வருகிறது. காலனி ஆதிக்கத்திலிருந்து விடுபட்ட பல நாடுகளில் இவ்விதமான முனுமுனுப்புகள் தொடர்வது போலவே போட்ஸ்வானாவிலும் தொடர்கிறது.

இப்போது போட்ஸ்வானாவில் அதிகாரத்தில் இருக்கும் எட்டுக் குழுக்களுக்கு எதிராக, 'எங்களின் பிரதிநிதித்துவம் எங்கே?' என்கிற கோரிக்கை மற்ற சிறுபான்மை குழுவினரிடம் வலுக்க ஆரம்பித்திருக்கிறது. இப்படியான கோரிக்கைகள் மற்ற நாடுகளில் ஆரம்பித்திருந்தால், இந்த நேரத்திற்கு உலகத்தின் தலைப்புச் செய்தியாகி, ரத்த வெள்ளத்தில் மூழ்கியிருக்கும்.

ஆனால், போட்ஸ்வானாவிலோ இதைக் குறித்து ஆராய ஒரு குழுவை நியமித்தனர். அக்குழு இந்த இன ரீதியான மேல்சபை உறுப்பினர் முறையையே ஒழிக்க வேண்டுமென பரிந்துரை செய்திருக்கிறது. இந்தப் பரிந்துரையை போட்ஸ்வானா அரசு ஏற்றுக்கொண்டாலும், அதை இன்னும் நடைமுறைப்

படுத்தவில்லை. இதைத் தொடர்ந்து இணக்கமாக வாழ்ந்து வந்த மக்களுக்கு இடையே இன உணர்வு மெல்ல மெல்ல அதிகரித்துக்கொண்டே இருக்கிறது. இந்த இன உணர்வை ஓட்டாக்க அரசியல்வாதிகள் போட்டி போடுகிறார்கள்.

சமூக நீதி கோலோச்சினாலும் அதிகாரத்தில் பங்கு இல்லை என்றால், சிறுபான்மை குழுக்கள், தாங்கள் ஓரங்கட்டப்படுவதாகவே கருதுவார்கள். இந்த மன நிலையானது அவர்களை போராடத் தூண்டும். என்றாலும், பராம்பரிய ஜனநாயக உணர்வும், இதுவரை மெருகேற்றிய சமூக நீதிமுறைகளும் போட்ஸ்வானாவைக் காப்பாற்றும் என்றே அனைவரும் நம்புகிறார்கள். நானும் கூட.

பல தேசங்களின் தேசம்

‘சுவிட்சர்லாந்து’

உலகத்தின் பணக்கார நாடுகளில் ஒன்று. செழுமையான ஐரோப்பாவின் அழகியநாடு. சுவிஸ் வங்கி, கறுப்புப் பணம், சுவையான சாக்லேட்டுகள், சிறந்த கைக் கடிகாரங்கள் மற்றும் அழகிய ஆல்ப்ஸ் மலைத் தொடர்கள். இதுதான் நமக்குத் தெரிந்த சுவிட்சர்லாந்து.

ஆனால், சுவிட்சர்லாந்து என்கிற நாடு பல தேசியங்களின் ஒன்றியம். ஏழு பேர் கொண்ட கூட்டாட்சி முறையில் நிர்வகிக்கப்பட்டு வரும் நாடு. அந்த ஏழு பேர் கொண்ட குழுவிடமே முழு அரசியல் அதிகாரமும் உள்ளது. அந்த எழுவரில் ஒருவர் சுழற்சி முறையில் அடையாளப் பிரதமராக இருக்கிறார். முழுமையான சுயாட்சி முறை கொண்ட, பல மாநிலங்களைக் கொண்ட சுவிட்சர்லாந்தின் பெயர் ‘Confederation Of Switzerland’ (சுவிட்சர்லாந்து கூட்டமைப்பு) என்பதாகும்.

சுவிட்சர்லாந்தின் அடி நாதமே கூட்டாட்சிதான். காண்டோன்கள் என்று அழைக்கப்படும் 26 மாகாணங்களைக் கொண்ட கூட்டாட்சி குடியரசு முறையானது சுவிட்சர்லாந்தை

நிர்வகிக்கிறது என்றாலும், பிரிக்கப்பட்ட மொழி வாரிய மாநிலங்கள் அல்ல இந்த காண்டோன்கள். சரியாகச் சொல்ல வேண்டுமென்றால், இந்தக் காண்டோன்கள் ஒவ்வொன்றும் ஆல்ப்ஸ் மலையடிவாரத்திலும், பனி முகடுகளிலும் பல வரலாற்று நிகழ்வுகளாலும், புவியியலாலும், மொழி, கலாச்சாரத்தினாலும் பல ஆண்டுகளாக ஒன்றாய் வாழ்ந்து வந்த சிறு குழுக்களின் வாழ்விடமே. தங்களைத் தாங்களே நிர்வகித்துக் கொண்டு வாழ்ந்த தேசிய இனக் குழுக்கள் இவர்கள். தங்களின் குழுவாகவே தங்களை அடையாளப்படுத்தி வாழ்ந்தவர்கள் இவர்கள்.

சுவிட்சர்லாந்திலுள்ள ஒவ்வொரு காண்டோன்களுக்கும் தனியாக அரசியல் சாசனம் உண்டு. தனி போலீஸ் படை, தனிக் கொடி, தங்களைத் தாங்களே நிர்வகிக்கும் உரிமை, நீதிமன்றம், கல்விக் கொள்கை, மருத்துவம், வரி, வருமானம் என பல துறைகளிலும் தங்களுக்கு ஏற்ற சட்டத்தை தாங்களே இவர்கள் உருவாக்கிக் கொள்ளலாம். தங்களுக்கென வெளியுறவுக் கொள்கையைக் கூட ஓரளவுக்கு ஏற்படுத்திக் கொள்ளலாம் என்றால் பார்த்துக்கொள்ளுங்கள்.

எனவே, ஒவ்வொரு துறையிலும் வெவ்வேறு சட்டங்களும் முறைகளும் இருப்பது என்பது சுவிட்சர்லாந்தில் மிகச் சாதாரணமானது. கிட்டத்தட்ட ஒவ்வொரு காண்டோன்களும் தனிநாடுமாதிரிதான்.யாரோஎடுத்தமுடிவுகளைச்சங்கடத்தோடு பின்பற்ற வேண்டியதில்லை, அதை எதிர்த்துப் போராடி அலுத்துப்போக வேண்டிய அவசியமில்லை. அங்கும் மத்திய அரசு உண்டு. ஒவ்வொரு காண்டோனின் மக்கள் தொகைக்கு ஏற்ப பாராளுமன்ற உறுப்பினர்களைத் தேர்ந்தெடுக்கிறார்கள். கூடவே, மேலவை என்கிற ‘Upper House’க்கும் ஒவ்வொரு காண்டோன்களும் தலா இரு உறுப்பினர்களைத் தேர்தல் மூலம் தேர்ந்தெடுக்கிறார்கள். (இதில் ஓர் உறுப்பினர் மட்டும் கொண்ட மிகச் சிறிய காண்டோன்களும் உண்டு) இதிலும் இவர்களுக்குள் ஒரேமுறை இல்லை பாருங்கள். இது தவிர உள்ளாட்சி நிர்வாகமும் உண்டு.

இந்த இரு அவையிலுள்ள தேர்ந்தடுக்கப்பட்ட உறுப்பினர்கள் தங்களுக்குள் ஏழு பேரை நான்கு பெரிய கட்சிகளிலிருந்து தேர்ந்தெடுக்கிறார்கள். இங்கு ஆளும் கட்சி, எதிர்க் கட்சி என்று எதுவும் கிடையாது. நான்கு கட்சிகளிலிருந்தும் தேர்ந்தெடுக்கப்பட்ட இந்த ஏழு பேரைக் கொண்ட குழுதான் நம்மூர் அமைச்சரவையைப் போல அனைத்துத் துறைகளையும் நிர்வகிக்கும். இந்த ஏழு பேரும் அனைத்துத் துறைகளையும் தங்களுக்குள் பகிர்ந்து கொள்வார்கள். இவர்கள்தான் சுவிட்சர்லாந்தின் பிரதமர்கள், தலைமை அமைச்சர், ஜனாதிபதி எல்லாம். அனைத்துக் கட்சிகளின் பிரதிநிதிகளால் ஆன இந்தக் குழுவுக்குதான் அனைத்து அதிகாரங்களும் உண்டு.

நாடென்றால், ஒரு பிரதமர் இருக்கவேண்டும் அல்லவா? எனவே, இந்த ஏழு பேர் கொண்ட குழுவிலிருந்து வருடத்திற்கு ஒருவர் அடையாளப் பூர்வமான தலைவராகத் (Ceremonial Head) தேர்ந்தெடுக்கப்பட்டு பணியாற்றுவார். இந்த தனி நபருக்கென தனியாக எந்த அதிகாரங்களும் கிடையாது. சும்மா விழாக்களில் பங்கேற்பது, வெளிநாட்டுத் தலைவர்களை வரவேற்பது போன்ற சடங்குகளில் கலந்துகொள்ளும் வேலை மட்டும்தான். எல்லாப் பிரச்னைகளுக்கும் ‘பொதுக் கருத்து எட்டப்பட்ட அரசியல்’ (Consensus Politics) எனும் அடிப்படையில் அனைவரும் ஒத்துக்கொள்ளும் முறையில் தீர்வு காணப்படுகிறது. இங்கு கூட்டாட்சி முறையில் அரசாட்சி மிளிர்கிறது. இதுபோக, ‘நேரடி ஜனநாயகம்’ (Direct Democracy) என்கிற முறை இருக்கிறதாம். இந்த ‘நேரடி ஜனநாயக’ முறையில், மக்கள் நினைத்தால், இந்த அவைகளில் நிறைவேற்றப்பட்ட சட்டங்களுக்கு எதிராக பொது வாக்கெடுப்புகள் (Referendum) நடத்தலாம், தீர்மானம் கொண்டுவரலாம், கையெழுத்து இயக்கம் மூலம் சட்டங்களை கேள்விக்கு உட்படுத்தலாம்.

இங்கே மக்களென்றால் ஆளும் ஆட்சியாளர்களின் சட்டங்களுக்கு வளைந்து, நெளிந்து, சமாளித்து வாழ வேண்டிய அவசியமில்லை. மக்கள் நேரடியாகவே அரசியலில் தலையிடலாம். மாநிலத்தில் முழுமையான சுயாட்சி, மத்தியில்

அம்சமான கூட்டாட்சி, பிரதமர் சுழற்சி முறை. இதுதான் சுவிஸ் ஆட்சி முறை. கொஞ்சும் மலை முகடுகள் பலவற்றைக் கொண்ட ஆல்ப்ஸ் மலைத் தொடரும், பல ஐரோப்பிய நாடுகளிடையே ஓடி நெதர்லாந்தில் சங்கமிக்கும் 'தி ரெயின்' நதியின் பிறப்பிடமும் இந்த சுவிஸ்தான்.

கிறிஸ்துவத்தின் பல்வேறு பிரிவுகளில் மிக முக்கியப் பிரிவுகளான ரோமன் கத்தோலிக்கமும், புராட்டஸ்டேண்டும் இங்கு முக்கிய மதங்கள். பிரான்ஸ், இத்தாலி, ஜெர்மனி மற்றும் ஆஸ்திரியா அதன் நான்கு திசைகளிலும். பிரெஞ்சு, ஜெர்மன், இத்தாலி மற்றும் 0.5% மக்கள் மட்டுமே பேசும் ரோமாஷ் என நான்கு தேசிய மொழிகள் கொண்டது இந்த சுவிட்சர்லாந்து.

அழகிய ஆல்ப்ஸ் மலைத் தொடர்களைக் கொண்ட, வற்றாத ரெயின் நதி ஓடுகிற, பலவித உணவு, உடை, மொழி, கலை, கலாச்சாரம் கொண்ட மக்கள் ஒன்றிணைந்து வாழும் தேசம் இது. இங்கு சுதந்திர சிந்தனையும், கூட்டாட்சி முறையும் மட்டுமே அனைத்து காண்டோன்களுக்கும் பொதுவானது. இவர்களின் கூட்டாட்சி முறை பற்றியும், தனித்துவமான காண்டோன்களைப் பற்றியும் பரவலாக சொல்லப்படும் கிண்டல்கூட ஒன்று உண்டு.

அதாவது, “உங்கள் நாட்டில் குழந்தைகளை எப்படி வளர்க்கிறார்கள்?” என சுவிட்சர்லாந்துக்காரர்களைக் கேட்டால், “அது எங்கள் நாட்டின் எந்தக் காண்டோன் (மாகாணம்) என்பதைப் பொருத்தது” என்பார்களாம். அதாவது, குழந்தை பிறப்பு என்கிற பொதுவான செயல்கூட அவர்களது ஒவ்வொரு மாகாணத்திற்கும் (காண்டோன்கள்) ஒவ்வொரு விதமாய் வேறுபடலாம் என்கிற பொருள்பட பதில் கூறுவார்கள் என சுவிஸ் மக்களை கிண்டலடிப்பார்களாம்.

எங்கிருந்து வந்தது இவர்களின் இந்தக் கூட்டாட்சி முறை என்கிற சிந்தனை? எங்கிருந்து வந்தது இவர்களின் ஜனநாயக உணர்வு? எங்கிருந்து வந்தது வேறுபாட்டைக் கொண்டாடும் இவர்களின் பாங்கு? முரண்பாடுகளின் சிக்கலுக்குள் சிக்காது, உலகின் மிகப் பெரும் பணக்கார நாடுகளில் ஒன்றாக மாற முடிந்தது எப்படி?

என பல்வேறு சிந்தனைகளையும், கேள்விகளையும் மிக எளிதாக நமக்குள் எழச் செய்து விடுகிறது இந்த சுவிட்சர்லாந்து.

மேலும், யார் இந்த சுவிட்சர்லாந்துக்காரர்கள்? இவர்களின் சரித்திர, கலை, கலாச்சாரத்தின் பின்னணி என்ன? என்பதைப் பற்றியெல்லாம் விரிவாகப் புரிந்துகொள்ள மிக இயல்பாகவே நமக்கு ஆசை வந்துவிடுகிறது.

மிகச் சுருக்கமாக இவர்களின் சரித்திரத்தைக் கூற வேண்டுமென்றால், ஐரோப்பாவின் பல பகுதிகளிலிருந்தும் வெவ்வேறு காலகட்டங்களில் குடிபெயர்ந்து வந்து, ஆல்ப்ஸ் மலை அடி வாரத்திலும், பனி முகடுகளிலும் வாழத் தொடங்கிய கூட்டமே இவர்கள் என்று சொல்லிவிட முடியும்.

2500 வருடங்களுக்கு முன்னர் செல்டிக் மொழி பேசும் ஹெல்வீஷியர்கள் கூட்டமும் (Helvetians), அவர்களைப் போலவே இந்தாலி மொழி பேசும் ரீஷன் கூட்டமும் (Rhetians), ஜெர்மானிய மொழி பேசும் கூட்டமும், பிரெஞ்சு மொழிக் குழுவினரும் வெவ்வேறு காலகட்டங்களில் வந்து, வாழத் துவங்கிய இடமே இன்றைய சுவிட்சர்லாந்து.

சிறு சிறு கூட்டமாகத் தங்களைத் தாங்களே நிர்வகித்து ஆட்சி புரிந்து வந்த இவர்கள் என்றுமே சாம்ராஜ்யக் கனவு கண்டதே இல்லை. இவர்கள் ஒரே அரசனுக்குக் கீழ் வாழ்வதை என்றும் விரும்பாதவர்களாகவே இருந்திருக்கிறார்கள். தங்களின் சுதந்திரத்தை எந்த ஒரு தேசியக் கனவுக்காகவும், மதத்திற்காகவும் என்றுமே விட்டுக் கொடுக்கத் தயாராக இருந்ததில்லை இவர்கள் என்று தெரிய வருகிறது. தனியாக அவரவர் பகுதியை நிர்வகிப்பது, வெளியிலிருந்து யாராவது வந்து குடைச்சல் கொடுத்தால், அனைத்து சிறு குழுக்களும் ஒன்றிணைந்து அவர்களைத் துரத்தி அடிப்பது. இதுதான் இவர்கள் சிறப்பு.

தங்களுக்குள்ளேயே ஓர் உடன்படிக்கையை ஏற்படுத்திக் கொண்டு, அதை முடிந்தவரை காப்பாற்றி வரும் இவர்களுக்கு,

இந்த வழக்கம் எவருடைய தனித்துவமும் கெடாமல் பாதுகாப்பைத் தந்து கொண்டே இருந்திருக்கிறது.

ஒரு கால கட்டத்தில் நெப்போலியன் இவர்களின் பகுதியைப் போரிட்டு வென்று, அனைத்துப் பகுதிகளையும் ஒருங்கிணைத்து, 'ஒரே அரசன் ஒரே தேசம்' எனக் கட்டமைத்திருக்கிறான். அவ்வளவுதான், இங்குள்ள மக்கள் கிளர்ந்து எழுந்துவிட்டார்கள். 'அடிமையாகக் கூட இருப்போம், ஆனால், எங்களையெல்லாம் ஒன்று என இணைத்து புதுக் கதை எழுதாதே. அப்படி எழுத நீ யார்?' என ஒன்றாய்ச் சேர்ந்து நெப்போலியனைத் துரத்தி அடித்து, மீண்டும் தங்களின் சுயாட்சி முறைக்குத் திரும்பி விட்டார்கள். ஒன்றாய்ச் சேர்ந்து போரிட்ட பின், மீண்டும் தனியாகப் பிரிந்து ஒன்றாகத் தொடர்தல் என்பது ஒரு வித்தியாசமான 'டிசைன்' என்றுதான் தோன்றுகிறது.

சுவிட்சர்லாந்தின் ஒரு பகுதியான 'ஹெல்வீஷியா' என்கிற இனக் குழுவில் நடந்த ஒரு செய்தி இது. மிகவும் வித்தியாசமாகவும் எதிர்பாராததாகவும் இருக்கும்.

கி.மு. 60ஆம் ஆண்டுகளில் இன்றைய சுவிட்சர்லாந்து நிலப்பகுதியில் 'ஹெல்வீஷியர்கள்' என்கிற குழுவினர் வாழ்ந்து வந்தனர். இவர்கள் இன்றைய சுவீடன், நார்வே போன்ற பகுதிகளிலிருந்து வந்திருக்கலாமென்றும் சொல்கிறார்கள். முரட்டு ஆல்ப்ஸ் மலை வாழ்க்கை மீது வெறுப்படைந்த அவர்கள், தாங்கள் வாழ்ந்துகொண்டிருக்கும் பகுதியை விட்டு மொத்தமாக இடப் பெயர்வு செய்யலாமென முடிவு செய்தனர். கிட்டத்தட்ட ஒரு லட்சத்திற்கும் அதிகமானோர் ஆல்ப்ஸ் மலை வாழ்க்கையை புறந்தள்ளி விட்டு, இன்றைய பிரான்ஸ் நாட்டின் சமவெளிக்கு இடம் பெயர முடிவு செய்தனர்.

இந்த முடிவுக்கு முக்கியமான காரணம் ஓர்ஜிடோரிக்ஸ் என்கிறவன். 'ஹெல்வீஷிய' கூட்டத்தைச் சேர்ந்த ஓர்ஜிடோரிக்ஸ் இந்த இடப் பெயர்வுக்கான திட்டத்தை முன்னிருந்து நடத்தி வந்தான். கிட்டத்தட்ட மூன்று ஆண்டுகள் திட்டமிடுகிறார்கள். பயணத்திற்குத் தேவையான உணவுகளைச் சேமிக்கிறார்கள்.

பயணம் தடையின்றி நடைபெற, அவர்கள் கடந்து செல்லும் பாதைகளில் இருக்கும் மற்ற இனக் குழுக்களோடு பேச்சுவார்த்தை நடத்துகிறார்கள். இதையெல்லாம் ஓர்ஜிடோரிக்ஸ் என்பவனே முன்னணியில் நின்று செய்கிறான். (co-ordinator மாதிரி)

இப்படி முன்னணியில் இருந்து செய்து கொண்டிருக்கும் ஓர்ஜிடோரிக்ஸ் ஒரு கட்டத்தில் தன்னைத்தானே ஹெல்வீஷியர்களுக்குத் தலைவனாக நினைத்துக் கொள்ள ஆரம்பிக்கிறான். முன்னிலையில் இருந்து செயல்படும் ஒரு தனி நபர் இப்படி நினைப்பது மிக எதார்த்தமான ஒன்றுதானே. யூதர்களை வழி நடத்திச் சென்ற மோசே இன்று வரையில் நினைவுபடுத்தப்பட்டு வருகிறார்தானே!

ஆனால், ஹெல்வீஷியர்களுக்கு இது பிடிக்கவில்லை. ஓர்ஜிடோரிக்ஸை கண்டிக்கிறார்கள். அது வன்முறையில் சென்று முடிகிறது. இந்தப் பிரச்னையில் ஓர்ஜிடோரிக்ஸ் மரணம் அடைந்து விடுகிறான். அவன் கொலை செய்யப்பட்டானா அல்லது தற்கொலை செய்து கொண்டானா எனத் தெரியாவிட்டாலும், தன்னை மட்டும் தனித் தலைவனாக முன்னிறுத்திய காரணத்தாலே அவனின் மரணம் நிகழ்கிறது.

அதன் பின்னர் மக்கள் தங்கள் வீடுகளைத் தீக்கிரையாக்கி, ஆல்ப்ஸ் மலைப் பகுதியை விட்டு இன்றைய பிரான்சுக்கு செல்லத் திட்டமிட்டிருந்தனர். இவர்களின் இடம் பெயரும் முயற்சியை பிரான்ஸ் எல்லைப் பகுதியில் பிரான்ஸ் நிலப்பரப்பை ஆண்டு கொண்டிருந்த சீசர் முறியடித்து 'ஒழுங்கா வந்த இடத்துக்கே திரும்பிப் போங்கள்' என மிரட்டி, ஒடுக்கி அனுப்பி வைத்தான் என்பது வரலாறு.

சுவிட்சர்லாந்து மக்கள் சரித்திரப் பூர்வமாகவே தனி ஒருவனைத் தங்கள் தலைவனென்றோ, அரசனென்றோ ஏற்றுக் கொள்வதில்லை என்பதையே இச் சம்பவங்கள் உணர்த்துகின்றன. எந்தத் தருணத்திலும் தலைவன், அரசன் என யாரும் தங்களைச் சுரண்டிவிடக் கூடாது என்றும், தங்களின் சுதந்திர வாழ்க்கைக்கு எந்தத் தலைமையும் கட்டுப்பாடு

விதித்திடக் கூடாது என்றும் மிகுந்த கவனத்தோடு இவர்கள் இருந்திருக்கிறார்களே என வியக்கவும் வைக்கிறது.

சமீபத்தில் சுவிட்சர்லாந்து மக்களிடையே 'அனைவருக்கும் மாதா மாதம் குறிப்பிட்ட தொகை பாகுபாடின்றி வழங்கப்படும், சம்மதமா?' எனக் கேட்டு ஒரு பொது வாக்கெடுப்பு நடத்தப்பட்டது. 'நீங்க ஆணியே புடுங்க வேண்டாம், இலவசமாக எதுவும் தந்து எங்களை ஏமாற்ற வேண்டாம்' என ஒட்டு மொத்த மக்களும் 'நோ' சொல்லி விட்டார்கள். அதே போல, 'நிறைய விடுமுறை நாட்கள் வேண்டுமா?' எனக் கேட்டதற்கும் 'நோ' சொல்லி விட்டார்கள் இந்நாட்டு மக்கள். இலவசமாகத் தருவதை வாங்கினால், அதைத் தந்தவனுக்கு நாம் அடிமைதானே?

சுவிட்சர்லாந்து காண்டோன்களில் ஒன்றான ஜெனிவாவில் பிறந்தவரும், சமூக ஒப்பந்தக் கோட்பாடுகள் எனும் தத்துவத்தைச் சொன்னவரும், பிரெஞ்சு புரட்சிக்கு அறிவாயுதமாய் இருந்தவருமான ஜன் ஜாக்யூஸ் ரௌசோ (Jean-Jacques Rousseau), "மனிதன் சுதந்திரமாகத்தான் பிறக்கிறான், ஆனால், எங்கும் அடிமைச் சங்கிலியால் கட்டப்பட்டுள்ளான்" என்ற புகழ்பெற்ற வரிகளுடன் தொடங்கும் 'The Social Contract' (சமூக ஒப்பந்தம்) எனும் நூலில் "அரசன் என்பவன் மக்களின் நலனுக்காக, மக்களோடு ஏற்பட்ட ஒப்பந்தத்தின் பயனாய் உருவானவன். மக்களின் உரிமைகளைக் காப்பாற்றுகிற வரையில்தான் அவன் அரசன். அவ் விதிகளை அரசன் மீறும் போது மக்களும் தம்மைக் கட்டுப்படுத்தும் ஒப்பந்த விதிகளை மீறலாம்" என்கிறார்.

'முழுக்க முழுக்க சிறு குழுக்களின் ஆட்சி முறைகளை ஆதரித்தும், ராஜ்யக் கனவுக்கு எதிராகவும் தன் நிலைப்பாட்டை முன் வைத்த ரூசோவின் தத்துவங்கள் ஆல்ப்ஸ் மலை அடிவாரத்து பண்பின் நீட்சியே' என்றும் சொல்கிறார்கள் ஆராய்ச்சியாளர்கள். ரூசோவின் தத்துவம் பிரெஞ்சுப் புரட்சிக்கு வித்திட்டது. அவரது சமூக உடன்பாட்டுக் கொள்கை இன்றும் அரசியலில் பயனிக்க,

அரசியலைப் புரிந்து கொள்ள விரும்புகிறவர்கள் அனைவரும் வாசிக்க வேண்டிய நூல்.

ஹெல்வீஷியர்களை மீண்டும் அவர்களின் பகுதிக்குத் துரத்திய சீசர் சொன்ன வாக்கியத்தை, 'இந்தக் கட்டுரையின் நோக்கத்திற்கு சம்பந்தம் இல்லையென்றாலும்', இங்கே சுட்டிக்காட்டுவது பொருத்தமாக இருக்கும். "ஆயுதங்களை விட்டொழித்து நீங்கள் வந்த இடத்திற்கே திரும்பிச் செல்லுங்கள். உங்கள் மலைகளாலும், உங்கள் சட்டங்களாலும் திருப்தியோடு வாழுங்கள். தேசத்தின் மனிதர்கள் தேசத்திற்கு நல்லவர்களாக இருந்தால், அந்த தேசமும் மனிதர்களுக்கு நல்ல தேசமாக இருக்கும். எனவே, திரும்பிப் போங்கள்" என்றார்.

சுவிட்சர்லாந்து தேசம் மிக மகிழ்ச்சியான தேசம் என்கிறார்கள். மதங்கள், சண்டைகள் கிடையாதாம். (கத்தோலிக்கமா, புராட்டஸ்டேண்டா என்கிற மோதலில் 16ஆம் நூற்றாண்டிலேயே சண்டை போட்டுக்கொண்டு, ஒருவரை ஒருவர் ஆயிரக்கணக்கில் கொன்று குவித்து அலுத்துவிட்டார்கள் போலும்) பெரும்பாலோனோர் வேளாண்மைத் தொழில் செய்கிறார்களாம். சமத்துவத்தையும் பொறுப்புணர்வையும் போற்றி வளர்க்கிறார்களாம்.

இடைக்காலங்களில் ஜெர்மானியர்களால் நெருக்கடிக்கு உள்ளாகி இருக்கிறார்கள் இம் மக்கள். இன்றைய சுவிஸ் பகுதி 14ஆம் நூற்றாண்டில் ஆஸ்திரிய மற்றும் ஜெர்மானிய ஹெப்ஸ்பெர்க் (Habsburg) மன்னர்களின் ஆட்சியின் கீழ் இருந்தது. இதை நிறுவ ஹெப்ஸ்பெர்க் மன்னரால் அங்கீகரிக்கப்பட்டவர்தான் Gessler (ஜெஸ்லர்) என்பவர். இந்த ஜெஸ்லர் என்பவன் சுவிஸ் மக்களுக்கு பெரும் தொல்லை கொடுத்து வந்திருக்கிறான். அவர்களை அடிமையாக்கிச் சுரண்டியிருக்கிறான். இவன் ஒருநாள் மன்னரின் தொப்பியை ஒரு கம்பின் வைத்து, அதை மக்கள் அனைவரும் வணங்கிச் செல்லவேண்டுமென கட்டளை இட்டிருக்கிறான். அதை மறுக்கிறான் வில்லியம் டெல் என்கிற வேடன்.

வில்லியம் டெல் வில் வித்தையில் சிறந்தவன். கோபம் கொண்ட ஜெஸ்லர், வில்லியம் டெல்லின் மகனை ஒரு மரத்தில் கட்டி, அவன் தலையின் மீது ஆப்பிள் ஒன்றை வைத்து, வில்லியம் டெல்லின் அம்பு எய்யும் திறனைச் சோதிக்கிறான். வில்லியம் டெல்லின் அம்பு, அந்த ஆப்பிளை இரண்டாகப் பிளந்தது என இந்தக் கதை நாம் அனைவரும் அறிந்ததே.

வில்லியம் டெல்லின் இந்தச் சம்பவத்திற்குப் பிறகு மக்கள் அனைவரும் ஒன்றாகி ஆஸ்திரிய அரசாட்சியை முடிவுக்குக் கொண்டு வந்தனர் என்பது சுவிட்சர்லாந்தின் நாட்டுப் புறக்கதைகளில் ஒன்று. இந்த வில்லியம் டெல் காலத்தில்தான் இன்றைய சுவிஸ் ஒன்றியம்போல, சில காண்டோன்கள் தங்களுக்குள் உடன்படிக்கை ஒன்றை ஏற்படுத்தி கூட்டுறவு ஆட்சி முறையைக் கொண்டு வந்திருக்கிறார்கள்.

நிலங்களும் வளங்களும் ஆளும் அதிகாரத்தின் கீழ்தான் இருந்திருக்கிறது. இதுதான் உலகின் அனைத்து இனப் போராட்டங்களுக்கும் காரணம்.

யார் வளங்களை ஆள்கிறார்கள், அதன் பயனைப் பெறுகிறார்கள் என்கிற அரசியலே உலகின் ஆதி அரசியலாக இருந்திருக்கும். இந்த நில வள அரசியலே உலகின் மற்ற அரசியலை நிர்ணயம் செய்கிறது. சுவிட்சர்லாந்து நாட்டின் நிலம், வளம் மற்றும் சொத்து உரிமையைக் குறித்த நிர்வாகத்தை, அந் நாட்டு மக்கள் மிக நேர்த்தியாக மெல்ல மெல்ல மெருகேற்றி இருக்கிறார்கள். பொதுவான நிலங்களைப் பயன்படுத்தும் முறை, பொதுவான வளங்களை நிர்வகித்தல், நிலம் மற்றும் வேளாண்மைக் கூட்டுறவு கட்டமைப்புகள் (நிறுவனங்கள்), இவற்றை நிர்வகிக்க உருவாக்கிய அரசியல் அமைப்புகள் அனைத்தும் வெளிப்படையான தன்மையோடும், யாரையும் ஒதுக்காமலும், ஜனநாயகத் தன்மையோடும், அனைவருக்கும் சம வாய்ப்பு உள்ளதாகவும், அதே நேரத்தில் அத்துடன் அதை ஆற்றலோடு பயன்படுத்தக் கூடிய கட்டமைப்பையும் 13 மற்றும் 14ஆம் நூற்றாண்டிலேயே உருவாக்க ஆரம்பித்திருக்கிறார்கள். இந்த நில, வள நிர்வாகம்

செய்ய உருவாக்கிய கட்டமைப்புகளே சுவிஸ் ஜனநாயகத்தின் தொட்டில் எனலாம்.

உதாரணமாக, 'Oberall meind korporation Schwyz' என்பது சுவிஸில் இருக்கும் நில உரிமைக் கூட்டுறவு அமைப்பு. இது பொதுவான நிலம் எனக் கருதப்படுகிற மலை, காடு, நீர் வளம், புல்வெளி, வேளாண் நிலங்களின் பெரும் பகுதிக்கு உரிமை கொண்ட கூட்டுறவு அமைப்பு. இப்படியான பொதுவான நிலங்கள் அனைவருக்கும் சொந்தம் என்பதைப் போலவும் அன்றி, இப்படியான நிலங்கள் தனி நபர்களின் உரிமையாகவும் இன்றி அனைவரும் உறுப்பினராக இருக்கும் கூட்டுறவு அமைப்பிடமே இருப்பது, நில வளங்களை எந்த அளவு தங்களுக்குள்ளேயே பகிர்ந்து கொண்டு வாழ்கிறார்கள் என்பதற்கு உதாரணமாகும். இந்தப் பொதுவான வளங்களை மிகச் சரியாக, அங்கு வாழும் மக்களால் பகிரக் கூடிய முறையும், அதில் ஏற்படும் சிக்கல்களை தீர்க்கும் வசதியும் சுவிட்சர்லாந்தில் இடைக்காலம் முதற் கொண்டே இருந்து வந்திருக்கிறது, அது இன்று வரை தொடரவும் செய்கிறது. இந்த வள பகிர்தல் குறித்த நுணுக்கமான புரிதலும், அதை நேர்த்தியாக நிர்வகிக்கக் கூடிய ஜனநாயக அமைப்பும்தான் சுவிட்சர்லாந்தின் இந்த அற்புத நிலைக்குக் காரணம் எனலாம்.

தன்னுடைய வாழ்வாதாரத்திற்குத் தேவையான வளங்களை இயற்கையிலிருந்தே பெற வேண்டிய நிலை, மற்ற உயிரினங்களைப் போல மனிதனுக்கும் தவிர்க்க முடியாத ஒன்றே. இந்தச் சூழல் குறித்த புரிதலும், அதை நிர்வகிக்கும் முறையும்தான் ஒரு தேசத்தை ஆக்கவும் செய்கிறது. அழிக்கவும் செய்கிறது. இந்தச் சூழலில் உருவாகும் போட்டி, பயம் ஆகியவைதான் மனிதர்களிடையே வன்முறையையும் பயத்தையும் உருவாக்குகிறது. இந்தப் பயம் இல்லாத சமூகத்தால் மட்டுமே புதிய சிந்தனைகளை உருவாக்க முடியும். செய்யும் வேலையில் நேர்த்தியைக் கொண்டு வரமுடியும். அடுத்தவரின் கலை, மொழி, கலாச்சாரம் பற்றி எந்தக் கவலையும் இன்றி வாழ முடியும். குறிப்பாக, மற்றவருக்கு இடையூறாக எதுவும் செய்யாமல் வாழ முடியும்.

சுவிட்சர்லாந்து மக்கள் இந்த நில, வள உரிமை அரசியலை சரியாகக் கையாண்டு இருக்கிறார்கள். பிரச்னைகளைத் தரும் குழுக்களை தனிமைப்படுத்தாது ஜனநாயக முறைப்படி அழகாக நிர்வகிக்கும் அமைப்புகளும், அந்த அமைப்புகளுக்கான சட்ட திட்டங்களையும் சுவிஸ் மக்களால் ஏற்படுத்த முடிந்திருக்கிறது. இந்த நில, வள பகிர்தலும், அதை உரிமை கொண்டாடுதலும், அந்த உரிமைக்குரிய பாதுகாப்பை உறுதி செய்தலும், ஒரு தேசத்தை மற்ற தேசத்தை விட உயர்ந்த நிலைக்குக் கொண்டு செல்கிறது. இப்படியான கூட்டுறவு முறையில் நில வளங்களை பகிர்ந்துகொள்ளக் கூடிய அமைப்பை உருவாக்கியது சுவிட்சர்லாந்து.

இந்தியாவில் இந்த நில வள பகிர்தலை விட்டுவிட்டு ஒரு சில குழுக்கள் மட்டுமே நில வளங்களை தங்களுடையதாக்க ஏற்ற வழி முறைகளைக் கண்டுபிடிப்பது, அதை மெறுகேற்ற முழு சக்தியையும் செலவு செய்திருக்கிறார்கள். இப்படி மெருகேற்றிய ஒரு ஆதிக்க கருவிதான் சாதி.

சுவிட்சர்லாந்தின் வனப்பகுதிகள் அனைத்தும் அரசாங்கத்திற்கு மட்டுமே சொந்தமானதல்ல. வெறும் 2 விழுக்காடு மட்டுமே அரசுக்கு சொந்தமானது. 77 விழுக்காடுகள் வனப்பகுதியை அந்தப் பகுதி மக்கள் கூட்டாக உரிமை கொண்டுள்ளனர்.

ஆதி பொதுவுடைமை சமூகத்தில் அனைத்து வளங்கள் மீதும் அனைவருக்கும் சம உரிமை இருந்தது. வேளாண்மை கண்டுபிடித்த பிறகு, நிலங்களும் வளங்களும் தனி நபர் அல்லது குடும்பங்களின் சொத்தானது. இந்தச் சொத்துக்களை அடுத்த தலைமுறைக்கு கடத்த பல அரசியல் மாற்றங்களும், போர்களும் நடத்தப்பட்டது. அதுவே இன்று வரையிலும் தொடர்கிறது.

சுவிட்சர்லாந்தில் நிலம், வளங்களை சரியான முறையில் மக்களுக்குள்ளேயே பகிர்ந்து கொள்வதற்கு ஏற்ற வகையில் கூட்டு உடன்படிக்கைகள் ஏற்படுத்தக் கூடிய சூழலும், அச் சூழலை தக்க வைத்துக்கொள்ளக் கூடிய அரசியல் சட்டங்களும் தொடர்ந்து மெறுகேறி வந்துள்ளது. இந்தக் கூட்டுறவு முறையே

அந்த மண் சார்ந்த மனிதர்களின் நில வள உரிமையை உறுதியும் செய்கிறது. அதே நேரத்தில் அடுத்தவர்களின் அத்து மீறலையும் தடுக்கிறது. புதியவர்களின் ஆதிக்கத்திலிருந்து காக்கிறது.

நில, வளங்கள், நீர் நிலைகள், கால் நடைகள் என அனைத்துத் துறைகளிலும் சாமானிய மக்களிடையே கூட்டுறவு ஒப்பந்தமும், ஒருவருக்கு ஒருவர் பிரச்னைகளைத் தீர்த்துக்கொள்ளும் வழிமுறைகளும் கொண்ட சிறந்த மேஜிக் தேசமாக திகழ்கிறது சுவிட்சர்லாந்து.

இயற்கையாகவே தங்களை மிகுந்த போர்க் குணம் கொண்டவர்கள் எனக் கருதும் இவர்கள், இன்றைய சுயாட்சி என்கிற கூட்டாட்சிக்குள் வெகு எளிதாக வரவில்லை என்பது நிதர்சனமாகத் தெரிகிறது. நிச்சயமாக, மற்ற உலக நாடுகளில் ஏற்பட்ட மாற்றங்களுக்கு ஏற்றவாறு ஒரே தேசம், ஒரே மொழி போன்ற முனைப்புகள் இங்கும் இருந்திருக்கத்தான் செய்யும். ஆனாலும், அதையெல்லாம் அவர்களால் கடக்க முடிந்திருக்கிறது.

சுவிஸ் மக்கள் எப்பொழுதும் தங்களை மற்றவர்கள் எப்படி அடையாளப்படுத்த வேண்டும் என்பதில் அக்கறை செலுத்துவதில்லையாம். மாறாக, எப்படியான செயல்பாடுகளை செய்கிறோம் என்பதே இவர்களுக்கு முக்கியமாம். 'Functionality than Brand'. எந்தப் பொருளை வாங்கினாலும் அதன் செயல்பாட்டுக்குதான் முக்கியத்துவமே தவிர, அதைப் பயன்படுத்துவதால் வரும் எந்த அடையாளமும் முக்கியமல்ல என்பதே சாமானிய சுவிஸ் சிந்தனைகளில் ஒன்று என்கிறார்கள் சில கட்டுரையாளர்கள். துப்பாக்கிகளின் எண்ணிக்கை சுவிஸில் அதிகம். ஆனாலும், அங்கு தாறுமாறாக நடக்கும் துப்பாக்கிச் சூடுகள் கிடையாது. அதனை பொறுப்போடு கையாளும் நேர்த்தியை முதலிலிருந்தே கற்றுக் கொடுத்து வழி நடத்துகிறார்கள்.

வரலாறு முழுக்க தங்களின் உரிமைக்கும், விடுதலை உணர்வுக்கும் எந்தவித பாதிப்பும் வந்து விடக்கூடாது என்பதில் சுவிஸ்

மக்கள் மிகுந்த அக்கறை காட்டியுள்ளனர். இரண்டு உலகப் போர்களிலும் நடுநிலைமை, ஐரோப்பிய ஒன்றியத்தில் அங்கம் வகிக்க மறுப்பு என முழுக்க முழுக்க தங்கள்நாடு, தங்கள் மக்கள், தங்களின் அரசியல் என்கிற நிலையில் மிக உறுதியாக இன்று வரையிலும் இருக்கிறார்கள். ஐரோப்பிய ஒன்றியங்களில் அங்கம் வகிக்கும் நாடுகள்தான் சுவிஸைச் சுற்றி உள்ளன. என்றாலும், தங்கள் மக்களின் தன்னாட்சிக்கு பிரச்னை வரும் என்றும், ஐரோப்பிய ஒன்றியத்திற்காக சட்டங்களில் மாற்றங்களைக் கொண்டு வரவேண்டியது இருக்கும் என்றும், ஒவ்வொரு காண்டோன்களுக்கும் வேறு வேறு சட்டங்களை ஐரோப்பிய ஒன்றியத்திற்காக மாற்ற வேண்டியிருக்கும் என்பதற்காகவும் சுவிஸ் மக்கள் ஐரோப்பிய ஒன்றியக் குழுமத்தில் இன்றுவரை சேரவேயில்லை. எது நம் நாட்டுக்கு சரியாக வரும் என்பதுதான் முக்கியமே தவிர, மற்றவர்களுக்குச் சரியானது நமக்கும் சரியாக வரும் என்று கணிப்பது அவசியமில்லைதானே.

ஒரே மொழிக் குடும்பத்தைச் சார்ந்தவர்களின் தேசமான யூகோஸ்லாவியா இப்பொழுது இல்லை. அது பல தேசங்களாக சிதறிவிட்டது. ஒரே மதத்தினர் சேர்ந்து கட்டிய சோமாலியா தேசம் மனித வரலாற்றின் கறுப்பு பக்கங்களை எழுதிக் கொண்டிருக்கிறது. இன்னும் பல தேசங்கள் இன, மொழி, மத உணர்வுகளால் உள்ளுக்குள் புகைந்து கொண்டிருக்கின்றன. எது தங்கள் தேசத்தின் தேசிய உணர்வு என இன்னும் புரிந்து கொள்ளாமல் குழம்பிக் கொண்டிருக்கும் தேசங்களும் அதிகமே.

ஆனால், சுவிட்சர்லாந்தில் கிட்டத்தட்ட 800 வருடங்களாக பல மொழிகள், கலாச்சாரம், மதப் பிரிவுகளைக் கொண்ட பல தேசியங்கள் ஒன்றாக, ஒரே தேசமாக சிறப்பாக வாழ்ந்து வருவது ஆச்சரியமாகத்தான் இருக்கிறது. பல மொழிகள், பல கலாச்சாரங்கள், கிறிஸ்துவம் என்றாலும் அதிலுள்ள பல பிரிவுகளைத் தழுவிய பெரும்பான்மையான மக்கள், வெவ்வேறு தன்மை கொண்ட நிலங்கள் என்று இருந்தும் மத, மொழி கலாச்சார அடக்கு முறைகள் இல்லாத நாடாகவும், ஒரு குழுவின் ஆதிக்கமற்றதாகவும் இன்று வரை இருப்பதால் சுவிட்சர்லாந்து ஒரு முரண்பாடுகளின் தேசமாகும்.

ஒரு தேசமென்றால் அது நிலப்பரப்பில் ஒன்றிணைக்கப்பட்டு மொழி, இனம், கலாச்சாரம் போன்றவற்றால் இணைக்கப்பட்ட, மக்கள் வாழும் பகுதியென நமக்கு பாடத்தில் சொல்லிக் கொடுத்தது சுவிஸ் நாட்டைப் பொருத்தவரை முழுமையாகப் பொருந்தாது. வேறுபாடுகளும், முரண்பாடுகளும் ஒரு தேசத்தின் வளர்ச்சிக்கு முட்டுக்கட்டையென கருதும் பல தேசங்கள் உண்டு. ஆனால், சுவிட்சர்லாந்தைப் பொருத்த வரைக்கும் அவர்களின் வேறுபாடுகள் இன்றும் அவர்களுக்குப் பிரச்னையாக இருந்ததில்லை. ஜெர்மானிய மொழி பேசும் காண்டோன்கள் (மாகாணங்கள்) கொண்டு வரும் சட்டத்திற்கு பிரெஞ்சு பேசும் காண்டோன்கள் எதிர்ப்பு தெரிவிப்பார்கள். ஆனால், ‘சுவிட்சர்லாந்து ஒன்றியத்தை விட்டு விலகுவீர்களா?’ என்றால் இருவரும் ‘நோ’ என்பார்கள். பலமுறை அரசியல் சாசனத்தை திருத்தியும், ஆட்சிமுறையை மாற்றியும், வேறுபாடுகளை நிர்வகிக்கவும் கற்றுக்கொண்டனர் இவர்கள் எனலாம்.

தேசியம் மற்றும் தேசிய உணர்வுகளைக் குறித்து பல சிந்தனைகள் உலகம் முழுவதும் இருக்கின்றன. ‘தேசியமும், தேசிய உணர்வும் மனிதனின் அடிப்படை உணர்வு’ என்றும் சிலர் கூறினார்கள். ‘தேசியம் என்பது கட்டுக்கதை, அது செயற்கையாக கட்டமைக்கப்படுவது. அது பெரும்பான்மையினர் மற்றவர்களைச் சுரண்ட ஏற்படுத்திய போலியான உணர்வு’ என்பார்கள் சிலர். ஏர்னஸ்ட் கெல்லர் ‘தேசத்திலிருந்து பிறப்பதில்லை தேசிய உணர்வு. அதற்கு நேர் எதிராக தேசிய உணர்வில் இருந்துதான் தேசம் பிறக்கிறது அல்லது அழிகிறது’ என்கிறார். ‘தேசியம் என்பது ஒருவருக்கு ஒருவர் முன்பின் தெரியாதவர்கள் கூட்டாகக் காணும் கனவு’ என்கிறார் இன்னோர் அறிஞர்.

தேசிய உணர்வு போரை உருவாக்கும் என்று சிலர் நம்புகிறார்கள். தேசிய உணர்வின்றி தேசம் வலுப் பெறாது என்று இன்னும் சிலர் நம்புகிறார்கள். தேசியவாதம் என்பதை வெறும் ‘உணர்வுச் சீற்றம்’ எனக் கருதினாலும் சரி, ‘நிஜமான பிதற்றல்’ என்றாலும் சரி, அல்லது வேறு விதமாகச் சொன்னாலும் சரி, அது

உண்மைக்குப் புறம்பான கூற்றாக இருந்தாலும் ‘தேசியவாதம்’ என்கிற ஒன்றை மறுக்கவே முடியாது. அது மிகவும் சக்தி வாய்ந்தது, மாற்றங்களைக் கொண்டுவர வல்லது.

ஒரு தேசத்தின் தேசியவாதம் எது என்று சரியாகக் கணிப்பதிலேயே ஒரு நாட்டின் எழுச்சியும், வீழ்ச்சியும் இருக்கிறது. அந்தத் தேசியவாதம் வெறும் உணர்வு எழுச்சியாக இல்லாமல் சமூக நீதியும், பொதுவுடைமையும், தனி நபர் சொத்து உரிமைகளைப் பாதுகாக்கும் உணர்வாக இருப்பின், அது உண்மையான வெற்றியாக அமையும் என்பதில் எந்தச் சந்தேகமும் இல்லை.

‘இந்தியா எனது தேசம்’ என்பது தேசியம். ‘ஏன் இந்தியா எனது தேசம்?’ என்பதற்கான பதிலே தேசிய உணர்வை உருவாக்குகிறது. தேசியம் என்றாலே ஒரே மொழி, ஒரே கலாச்சாரம், ஒரே இனம், ஒரே ரேஷன் கார்டு, ஒரே மாதிரியான வரி என இருக்க வேண்டியதில்லை. எது நம்முடைய தேசிய உணர்வு என்பது நம் வரலாற்றிலிருந்தும், கடந்து வந்த பாதைகளிலிருந்தும் எடுத்து, வடிவம் கொடுக்கப்பட வேண்டியதாகும். அவரவர் நிலங்களையும், வளங்களையும் நேர்த்தியாக உரிமை கொண்டாட விடுவதும், அவரவர் மொழி, இன, கலை, கலாச்சாரங்களை வெளிப்படையாகக் கொண்டாட விடுவதும்தான் தேசியம். ஏதோ, யாரோ கண்ட கனவுகளுக்கு வடிவம் கொடுப்பதல்ல தேசியம்.

இதைத்தான் சுவிட்சர்லாந்து மக்கள் மிக அழகாகச் செய்திருக்கிறார்கள் எனத் தெரிகிறது. வரலாறு முழுக்க தங்களின் தனித்தன்மையை எதற்கும் விட்டுக் கொடுக்காத இவர்கள் தங்களது தனித்துவத்தை விடாமல், அதே நேரத்தில் மற்றவர்களின் தனித்துவத்தையும் அங்கீகரித்து, கூட்டாக செம்மையாக வாழும் கலையை நேர்த்தியாக்கி இருக்கிறார்கள். ‘ஒன்றாக இருக்கிறோம். அதற்காக 2000 ஆண்டுகளாக, என்னை நான் அடையாளப்படுத்தி வந்த என் அடையாளத்தை இழக்க விரும்பவில்லை’ என்று உரக்கச் சொல்வதோடு நிற்காமல், தாங்கள் வாழும் நிலப்பரப்பின் வளத்தை யாருக்கும்

விட்டுக் கொடுக்காது, தங்களுக்குள் மிக நேர்த்தியாகப் பகிர்ந்தும் வாழ்கிறார்கள். மேலும், மற்ற குழுவினரோடு இணைந்து வாழும் மேஜிக் ஃபார்முலாவையும் தாங்களாகவே கண்டுபிடித்திருக்கிறார்கள் சுவிஸ் மக்கள். இந்த மேஜிக்தான் உலகின் பணக்கார நாடுகளின் பட்டியலில் நிரந்தரமாக அவர்களைத் தங்க அனுமதித்திருக்கிறது போலும்!

குறிப்புகள் எடுக்கப்பட்ட புத்தகங்கள்

History of Switzerland - Heinrich Zschokke

Federalism: The Case of Switzerland - Wolf Linder

The Political System of Switzerland - Residency Pre-Assignment World Comparative Politics - Tabea Hirzel

Analysis Of The Theory Of Social Contract - Jean Jacques Rousseau

Do you know why you don't know who the president of switzerland is? Joanna Lampka

Rousseau and Geneva - Helena Rosenblatt

Forests and Decentralization in Switzerland: A Sampling Christian Küchli and Jürgen Blaser

THE MIGRATION PERIOD, PRE-VIKING AGE, AND VIKING AGE IN ESTONIA . Tartu University Press Humaniora: archaeologica

The Modern Fairy Tale:Nation Branding, National Identity and the Eurovision Song Contest in Estonia - Paul Jordan

A critique of Botswana's language policy from a translanguaging perspective

Article in Current Issues in Language Planning · December 2016 DOI: Mompoloki Mmangaka Bagwasi

Botswana Africa's Haven of Ethnic Peace and Harmony: Status and Future Prospects - Munyae M Mulinge.

Botswana: From dusty bowl to sparkling success story - By Hamilton WendeGaborone, Botswana

AN AFRICAN SUCCESS STORY: BOTSWANA - Daron Acemoglu Simon Johnson James A. Robinson

Estonia, Identity and Independence

Botswana Africa's Haven of Ethnic Peace and Harmony: Status and Future Prospects - Munyae

Development policy and economic performance in Botswana: lessons for the transition economies in Sub- Saharan Africa

The Contemporary Estonian Maausulised Movement and Nationalist Discourse Ergo-Hart Västrik

The Botswana Kgotla System: A mechanism for Traditional Conflict Resolution in modern Botswana. Case study of the Kanye Kgotla

Indigenous and Institutional Profile: Limpopo River Basin

Anton Earle, Jaqui Goldin, Rose Machiridza Daniel Malzbender, Emmanuel Manzungu and Tiego Mpho

Minority Tribes in Botswana: the Politics of Recognition - By Lydia Nyati-Ramahobo

The Role of the Multi-Faith Religious Education Curriculum in Botswana's Schools - Fidelis Nkomazana

The Development of Religious Education Curriculum and Impact on Moral Values in Botswana Since 1966 - Fidelis Nkomazana and Senzokuhle D Setumes

Nationalism and the Collapse of Soviet Communism - MARK R. BEISSINGER

The Scarcity of Land in Somalia - Natural Resources and their Role in the Somali Conflict

Understanding the Drivers of Drought in Somalia: Environmental

Degradation as a Drought Determinant

Modern Germany : The History and Legacy of of german Nation from unification to reunification By Charles River Editors

The Berlin Wall - Norman Geib

Nationalism and Democratisation :politics of Slovakia and Slovania

The Czech and Slovak Republics - Nation versus State - Carol Skalnik Leff

Slobodan Milosevic and Destruction of Yugoslavia - Duke UniversitynPress.

Why Nation Fail - Daron Acemoglu

நிர்மல் நிர்மல் தூத்துக்குடி மாவட்டம் ஏரல் எனும் ஊருக்கு அருகில் இருக்கும் திருவழுதிவிளை எனும் கிராமத்தைச் சேர்ந்தவர். வாசிப்பு, இசை, விளையாட்டு, அறிவியல், அரசியல் மற்றும் பறை வாசித்தலில் ஈடுபாடு கொண்டவர். வேதியல் பட்டதாரியான இவர், தற்பொழுது கத்தார் தேசத்தில் பெட்ரோகெமிக்கல் துறையில் வேலை செய்து வருகிறார். தொழிற்சாலை பாதுகாப்பு மற்றும் சுற்றுச்சூழல் குறித்த மேற்படிப்பையும் முடித்தவர்.

"நிலமும் பொழுதும் " "ஸ்மார்ட் உலகத்துக் கதைகள்" மற்றும் "காணாமல் போன தேசங்கள்" என மூன்று புத்தகங்களை எழுதி கிண்டிலில் வெளியிட்டுள்ளார்

www.ingramcontent.com/pod-product-compliance
Ingram Content Group UK Ltd.
Pitfield, Milton Keynes, MK11 3LW, UK
UKHW042014190726
13854UKWH00005B/2286

9 788195 125968